टर्नर प्रथम वर्ष मराठी MCQ

OBJECTIVE QUESTION ANSWERS

मनोज डोळे

डिजिटायझेशन ही काळाची गरज आहे. भविष्यात, प्रशिक्षण अधिक सोयीस्कर आणि सोपे करण्यासाठी औद्योगिक प्रशिक्षण संस्थांमध्ये ऑनलाइन इंटरनेट वापरून प्रशिक्षण घेणे आवश्यक आहे. MCQ प्रश्नांचा संच असलेली ई-पुस्तके प्रशिक्षणार्थींना उपलब्ध करून दिली जातील कारण त्यांना त्यांच्या औद्योगिक प्रशिक्षण संस्थांमध्ये होणार्‍या ऑनलाइन परीक्षांच्या तयारीसाठी MCQ प्रश्नांची अधिक सवय होणे आवश्यक आहे.

या सर्व बाबी लक्षात घेऊन श्री.मनोज मधुकर डोळे प्रशिक्षक, औद्योगिक प्रशिक्षण संस्था, सातारा यांनी नवीन वार्षिक प्रणाली आणि NSQF-5 अभ्यासक्रमानुसार पुस्तके लिहिली आहेत. आणि त्यांनी प्रशिक्षण सुलभ करण्यासाठी सैद्धांतिक मोबाइल ऍप्स आणि ब्लॉग तयार केले आहेत आणि हे सर्व शैक्षणिक साहित्य जगप्रसिद्ध Google Play Store, Amazon आणि Apple Book Store वर डाउनलोड करण्यासाठी उपलब्ध केले आहे.

पुस्तकांचे प्रकाशन माननीय सहसंचालक श्री राजेंद्र घुमे साहेब प्रादेशिक व्यावसायिक शिक्षण व प्रशिक्षण कार्यालय, पुणे यांच्या हस्ते दिनांक 9/1/2019 रोजी करण्यात आले, यावेळी श्री प्रकाश सायगावकर साहेब प्राचार्य शासकीय औद्योगिक प्रशिक्षण संस्था औंध पुणे, श्री तुकाराम मिसाळ साहेब प्राचार्य डॉ. सरकार प्र.संस्था सातारा, श्री सचिन धुमाळ साहेब जिल्हा व्यवसाय शिक्षण व प्रशिक्षण अधिकारी सातारा, श्री यतीन पारगावकर साहेब मुख्याध्यापक गो. प्र.संस्था कोल्हापूर, श्री विकास टेके साहेब निरीक्षक व्यावसायिक शिक्षण व प्रशिक्षण क्षेत्रीय कार्यालय पुणे, पालेकर फूड्स प्रॉडक्ट्स प्रा. लि.चे सातारा येथील उद्योजक अध्यक्ष श्री.नीळकंठराव पालेकर साहेब, हिरा फूड्स चे चेअरमन श्री.इब्राहिम बाबा तांबोळी साहेब, सौ.शाल्मली पवार मुख्याध्यापिका शासकीय तंत्रनिकेतन केंद्र सातारा व इतर मान्यवर यावेळी उपस्थित होते.

अनुक्रमणिका

नांदी, प्रस्तावना   vii

प्रस्तावना   ix

प्रस्तावना.   xi

ऋणनिर्देश, पावती   xiii

  1. टर्नर प्रथम वर्ष मराठी Mcq Drawing   1

  2. टर्नर प्रथम वर्ष मराठी Mcq   21

नांदी, प्रस्तावना

टर्नर प्रथम वर्ष मराठी MCQ हे आयटीआय अभियांत्रिकी अभ्यासक्रम टर्नर, प्रथम वर्ष, सेमी- 1 आणि 2, 2022 मध्ये सुधारित NSQ F-5 अभ्यासक्रमासाठी एक साधे ई-पुस्तक आहे, त्यात अधोरेखित आणि ठळक अचूक उत्तरांसह वस्तुनिष्ठ प्रश्न आहेत ज्यात सर्व विषयांचा समावेश आहे. वेगवेगळ्या चक वर वेगवेगळ्या आकाराच्या जॉबच्या सेटिंगसह मूलभूत फिटिंग आणि भिन्न टर्निंगबद्दल. वेगवेगळे टर्निंग ऑपरेशन्स - प्लेन, फेसिंग, ड्रिलिंग, बोरिंग (काउंटर आणि स्टेप्ड) ग्रूव्हिंग, पॅरलल टर्निंग, स्टेप्ड टर्निंग, पार्टिंग, चेम्फरिंग, यू-कट, रीमिंग, इंटरनल रिसेस आणि नर्लिंग., विविध कटिंग टूल्स ग्राइंडिंग उदा., व्ही. टूल, साइड कटिंग, पार्टिंग आणि थ्रेड कटिंग (दोन्ही एलएच आणि आरएच), मुख्य स्पिंडलची अक्षीय स्लिप, हेड स्टॉकची खरी चाल, मुख्य स्पिंडलची समांतरता आणि मुख्य स्पिंडलच्या दोन्ही मध्यभागी अक्षीय स्लिपचे संरेखन, हेड स्टॉकचे खरे चालणे, मुख्य स्पिंडलची समांतरता आणि दोन्ही केंद्रांचे संरेखन, सुरक्षा पैलूंमध्ये OSH&E, PPE, अग्निशामक, प्रथमोपचार आणि त्याव्यतिरिक्त 5S, विविध घटक (फॉर्म टूल, कंपाऊंड स्लाइड, टेल स्टॉक ऑफसेट, टेपर टर्निंग अटॅचमेंट) आणि पॅरामीटर्स सारखे घटक समाविष्ट आहेत. (फीड, गती, कटची खोली) कामाच्या टेपर/कोनीय वळणासाठी लेथचे, भिन्न कंटाळवाणे ऑपरेशन्स (साधा, स्टेप्ड आणि विक्षिप्त), भिन्न धागा कटिंग (बीएसडब्ल्यू, मेट्रिक, स्क्वेअर, एसीएमई, बट्रेस), लेथचे विविध उपकरणे (ड्रायव्हिंग प्लेट, Ste ady विश्रांती, कुत्रा वाहक आणि भिन्न केंद्रे), लेथ आणि ग्राइंडिंग मशीनची प्रतिबंधात्मक देखभाल आणि बरेच काही.

आम्ही प्रत्येक नवीन आवृत्तीसह नवीन प्रश्नांची उत्तरे जोडतो. कृपया काही त्रुटी/ वगळल्यास आम्हाला ईमेल करा. सर्व अभियांत्रिकी बहुपर्यायी प्रश्न आणि उत्तरांसाठी हे निर्विवादपणे सर्वात मोठे आणि सर्वोत्तम ई-पुस्तक आहे.

विद्यार्थी म्हणून तुम्ही ते तुमच्या परीक्षेच्या तयारीसाठी वापरू शकता. हे ई-पुस्तक प्राध्यापकांना साहित्य रीफ्रेश करण्यासाठी देखील उपयुक्त आहे.

प्रस्तावना

टर्नर प्रथम वर्ष MCQ हे आयटीआय अभियांत्रिकी अभ्यासक्रम टर्नर, प्रथम वर्ष, सेमी-1 आणि 2, 2022 मध्ये सुधारित NSQ F-5 अभ्यासक्रमासाठी एक साधे ई-पुस्तक आहे, त्यात अधोरेखित आणि ठळक अचूक उत्तरांसह वस्तुनिष्ठ प्रश्न आहेत ज्यात सर्व विषयांचा समावेश आहे. वेगवेगळ्या चक वर वेगवेगळ्या आकाराच्या जॉबच्या सेटिंगसह मूलभूत फिटिंग आणि भिन्न टर्निंगबद्दल. वेगवेगळे टर्निंग ऑपरेशन्स - प्लेन, फेसिंग, ड्रिलिंग, बोरिंग (काउंटर आणि स्टेप्ड) ग्रूव्हिंग, पॅरलल टर्निंग, स्टेप्ड टर्निंग, पार्टिंग, चेम्फरिंग, यू-कट, रीमिंग, इंटरनल रिसेस आणि नर्लिंग., विविध कटिंग टूल्स ग्राइंडिंग उदा., व्ही. टूल, साइड कटिंग, पार्टिंग आणि थ्रेड कटिंग (दोन्ही एलएच आणि आरएच), मुख्य स्पिंडलची अक्षीय स्लिप, हेड स्टॉकची खरी चाल, मुख्य स्पिंडलची समांतरता आणि मुख्य स्पिंडलच्या दोन्ही मध्यभागी अक्षीय स्लिपचे संरेखन, हेड स्टॉकचे खरे चालणे, मुख्य स्पिंडलची समांतरता आणि दोन्ही केंद्रांचे संरेखन, सुरक्षा पैलूंमध्ये OSH&E, PPE, अग्निशामक, प्रथमोपचार आणि त्याव्यतिरिक्त 5S, विविध घटक (फॉर्म टूल, कंपाऊंड स्लाइड, टेल स्टॉक ऑफसेट, टेपर टर्निंग अटॅचमेंट) आणि पॅरामीटर्स सारखे घटक समाविष्ट आहेत. (फीड, गती, कटची खोली) कामाच्या टेपर/कोनीय वळणासाठी लेथचे, भिन्न कंटाळवाणे ऑपरेशन्स (साधा, स्टेप्ड आणि विक्षिप्त), भिन्न धागा कटिंग (बीएसडब्ल्यू, मेट्रिक, स्क्वेअर, एसीएमई, बट्रेस), लेथचे विविध उपकरणे (ड्रायव्हिंग प्लेट, Ste ady विश्रांती, कुत्रा वाहक आणि भिन्न केंद्रे), लेथ आणि ग्राइंडिंग मशीनची प्रतिबंधात्मक देखभाल आणि बरेच काही.

आम्ही प्रत्येक नवीन आवृत्तीसह नवीन प्रश्नांची उत्तरे जोडतो. कृपया काही त्रुटी/वगळल्यास आम्हाला ईमेल करा. सर्व अभियांत्रिकी बहुपर्यायी प्रश्न आणि उत्तरांसाठी हे निर्विवादपणे सर्वात मोठे आणि सर्वोत्तम ई-पुस्तक आहे.

विद्यार्थी म्हणून तुम्ही ते तुमच्या परीक्षेच्या तयारीसाठी वापरू शकता. हे ई-पुस्तक प्राध्यापकांना साहित्य रीफ्रेश करण्यासाठी देखील उपयुक्त आहे.

प्रस्तावना.

DGET नवी दिल्ली आणि CSTARI कोलकाता ऑगस्ट 2018 च्या सत्रापासून ITI मधील सर्व व्यवसायांसाठी वार्षिक पॅटर्न लागू करत आहेत. परीक्षा पद्धतीतही बदल करण्यात येणार असून या वर्षीपासून ती ऑनलाइन होणार असून सर्व प्रश्न वस्तुनिष्ठ स्वरूपाचे (MCQ) असल्याने प्रशिक्षणार्थींना सखोल अभ्यासाची नितांत गरज आहे. हे लक्षात घेऊन जुन्या NIMI पॅटर्नवर आधारित पुस्तके आणि नवीन वार्षिक पॅटर्नचे संपूर्ण विहंगावलोकन सादर करताना आम्हाला आनंद होत आहे आणि आम्हाला आशा आहे की ही पुस्तके सर्व व्यवसाय संचालक आणि प्रशिक्षणार्थींसाठी मार्गदर्शक ठरतील. आहे.

ही पुस्तके लिहिल्याबद्दल जोहर आवटे साहेब, ITI अकलूजचे प्राचार्य. ITI सातारा चे माजी प्राचार्य सायगावकर साहेब, सहाय्यक संचालक श्री चंद्रकांत ढेकणे साहेब व्यवसाय शिक्षण व प्रशिक्षण प्रादेशिक कार्यालय, पुणे, जिल्हा व्यवसाय शिक्षण व प्रशिक्षण अधिकारी सचिन धुमाळ साहेब व मुख्याध्यापिका शासकीय तंत्रनिकेतन केंद्र शाल्मली पवार मॅडम व मुलगा अधिराज डोळे, आई कुसुम डोळे. , माझे वडील मधुकर डोळे आणि पत्नी अश्विनी डोळे यांनी वेळोवेळी केलेल्या विशेष मार्गदर्शन व सहकार्याबद्दल मी त्यांचा मनःपूर्वक आभारी आहे.

तसेच अतिशय कमी कालावधीत पुस्तक प्रकाशित करण्यात अमूल्य वेळ दिल्याबद्दल श्री राजेंद्र घुमे साहेब, सहसंचालक, व्यवसाय शिक्षण व प्रशिक्षण प्रादेशिक कार्यालय, पुणे यांनी पुस्तकाचे पुनरावलोकन केले. त्यांच्या अभिप्रायाबद्दल मी मनापासून आभारी आहे.

पुस्तक लिहिण्याच्या सुरुवातीपासूनच सतत पाठबळ दिल्याबद्दल ITI सातारा च्या प्रशिक्षकांचा मी आभारी आहे.

या पुस्तकातून, ई-लर्निंगबद्दलचे माझे विचार तुमच्याशी शेअर करण्यात मी स्वतःला धन्य समजतो. हे पुस्तक परिपूर्ण आहे असा दावा मी करणार नाही, कारण परिपूर्णतेचा विचार करता हे पुस्तक एक प्रयत्न आहे आणि बाल्यावस्थेत आहे. त्यांची चाचणी आणि सूचना दिल्यास ते सुधारण्यासाठी मोलाचे ठरतील.

मनोज डोळे

दिनांक 9/1/2019

ऋणनिर्देश, पावती

आमच्या औद्योगिक प्रशिक्षण संस्थांची औद्योगिक प्रशिक्षण आणि सैद्धांतिक परीक्षा प्रणाली आणि हे बदल हस्तकला प्रशिक्षक आणि प्रशिक्षणार्थींनी स्वीकारले आहेत. तुमच्या औद्योगिक प्रशिक्षण संस्थांमध्ये घेण्यात येणाऱ्या सैद्धांतिक परीक्षाही ऑनलाइन घेतल्या जातात. या परीक्षा बहुपर्यायी एमसीक्यू पद्धतीच्या असल्याने प्रशिक्षणार्थींना अशा प्रश्नांचा अधिक सराव करावा लागेल.

या सर्व बाबी लक्षात घेऊन श्री.मनोज मधुकर, संचालक, डोले क्राफ्ट्स, कटारी औद्योगिक प्रशिक्षण संस्था, सातारा यांनी सखोल अभ्यास करून आपल्या परिश्रमपूर्वक काम करून आपल्या प्रखर बुद्धीला जोडून, नवीन वार्षिक प्रणालीनुसार आणि NSQF-5. अभ्यासक्रम, कटारीचे ई-बुक आणि इतर मशीन ट्रेड. -पुस्तक) आणि त्यांनी प्रशिक्षण सुलभ करण्यासाठी सैद्धांतिक विषयांवर मोबाइल ॲप्स आणि ब्लॉग तयार केले आहेत आणि हे सर्व शैक्षणिक साहित्य Google Play Store, Amazon आणि Apple Book Store या जगप्रसिद्ध वेबसाइटवर डाउनलोड करण्यासाठी उपलब्ध केले आहे. प्रिंट आवृत्ती तयार करून आणि QR कोड सारख्या प्रगत तंत्रांचा वापर करून प्रशिक्षण सोपे केले आहे.

हे सर्व शैक्षणिक साहित्य सर्व प्रशिक्षणार्थींना सखोल अभ्यासासाठी आणि व्यावसायिक प्रशिक्षण देणाऱ्या क्राफ्ट इन्स्ट्रक्टर आणि इतर संबंधितांसाठी नक्कीच मार्गदर्शक ठरेल.

1

टर्नर प्रथम वर्ष मराठी
MCQ Drawing

Online Test Exam
ITI Books
CNC Course
AutoCAD CAM
JOB & Apprentice
Online Theory
Computer Course
Trading Course
Web Designing
MSCIT Course
Shopping Business
Internet Business
Remotasks Course
Online Services
Top Sportsmans
Indian Army
Freedom Fighters
Top Scientists
Social Reformers
Motivational Speaker
Top Richest People
Join WhatsApp Group
Join Facebook Group
Like Facebook Page
PAN / Adhar / Licence Passport

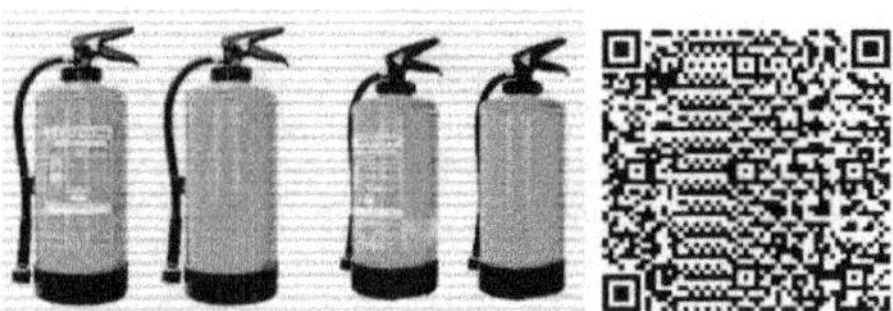

Fire extinguisher

Calliper

Hacksaw frame

Universal surface guage

Hammer

Centre punch

Bench vice

Files

Scraper

Surface Plate

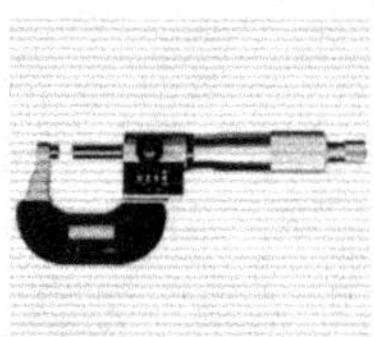

Outside Micrometer

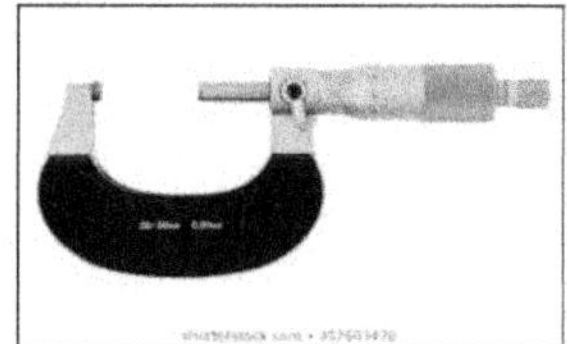 

Micrometer

Depth micrometer

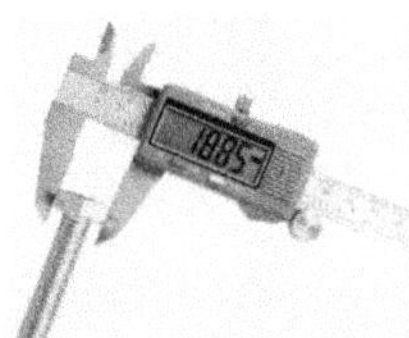 

Vernier Calliper

Vernier bevel protractor

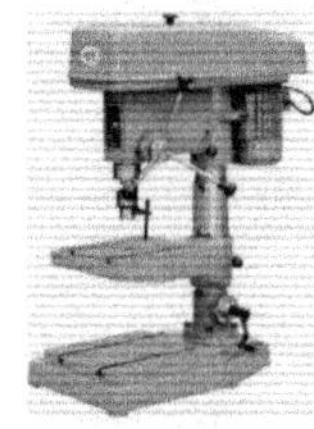

Drilling

Reamer

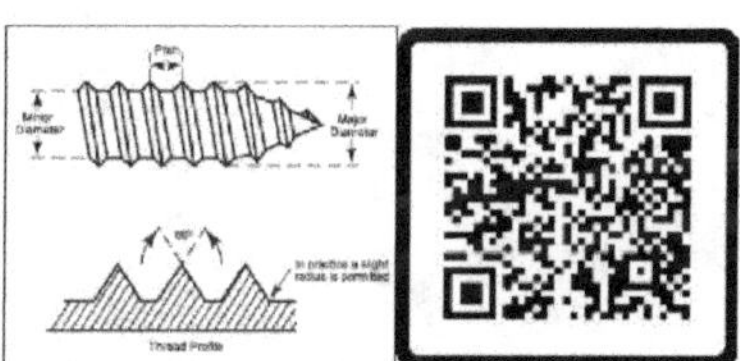

Thread

Tap Die

Grinding Wheel

Slip gauge

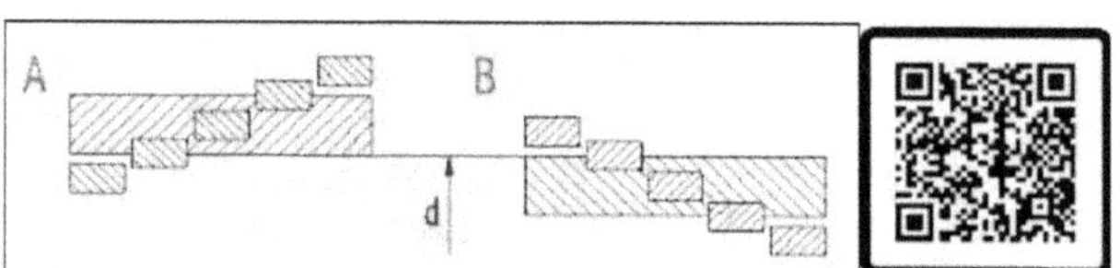

Limit fit tolerance

Lathe Machine

Lathe chuck

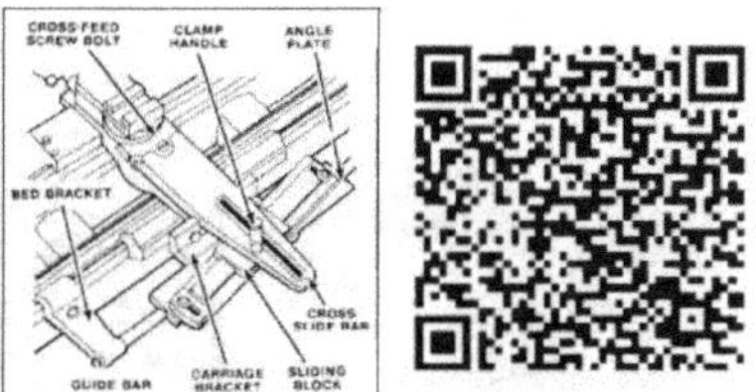

Taper turning attachment

taper ring gauge

screw pitch gauge

Gear

screw pitch gauge

Tap Die

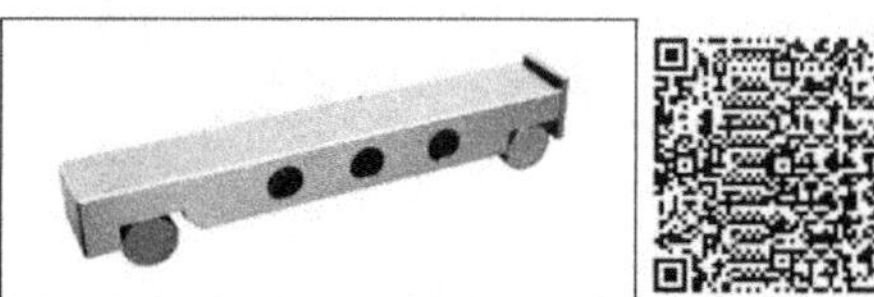

Sine bar

Slip gauge

Dial test indicator

Telescopic gauge

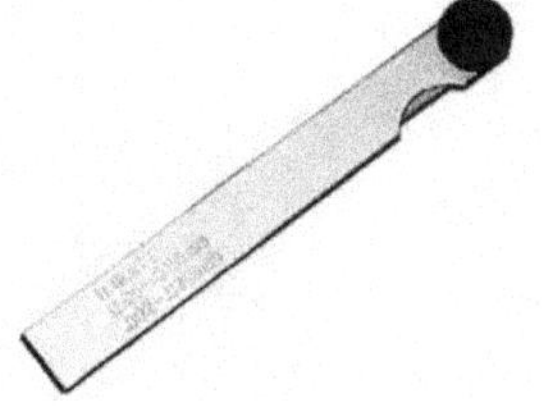 

Feeler gauge

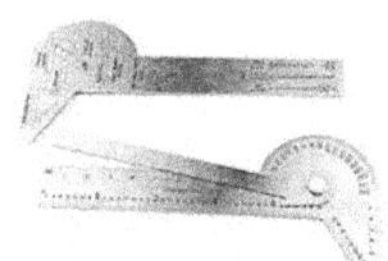 

Centre gauge

Jig

Fixture

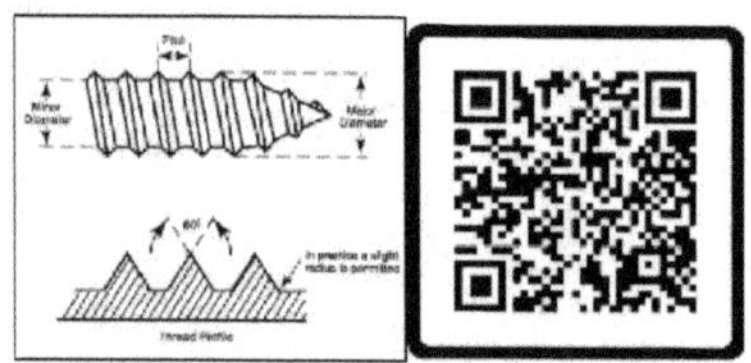

Thread

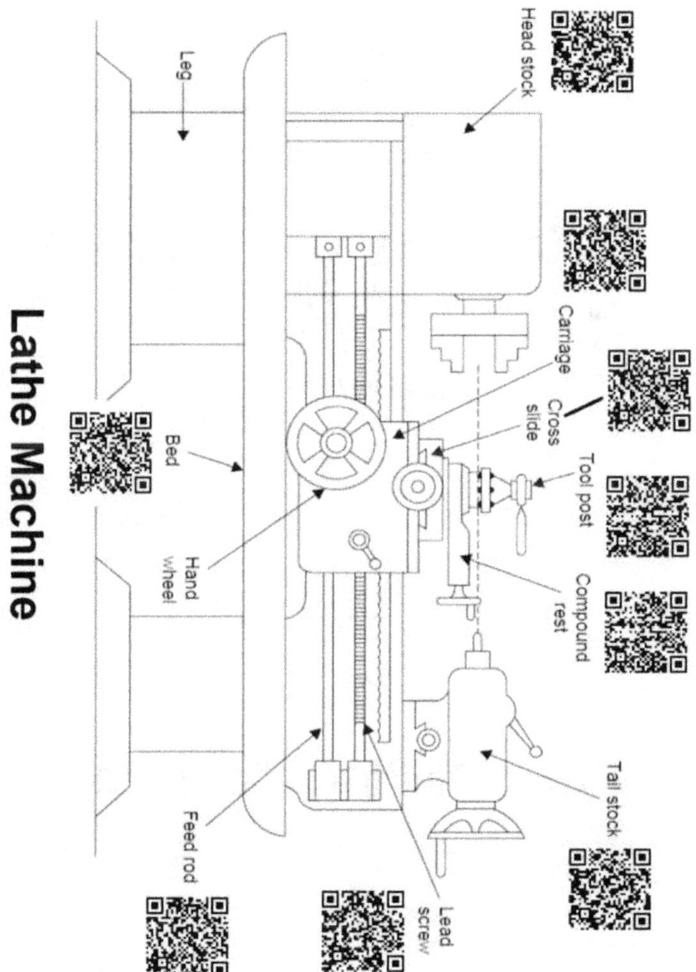
Lathe Machine
Head stock
Leg
Carriage
Cross slide
Tool post
Compound rest
Bed
Hand wheel
Tail stock
Feed rod
Lead screw

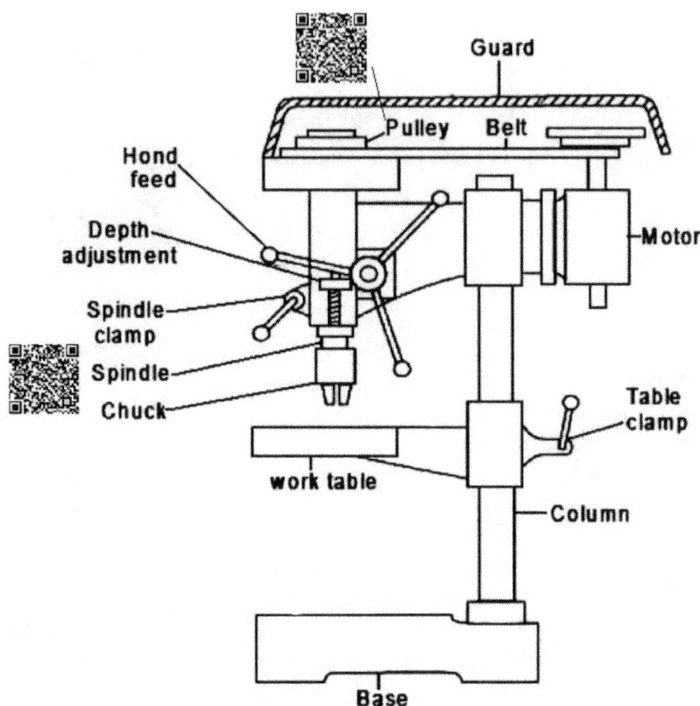

Piller Drilling Machine

Bench Grinding Machine

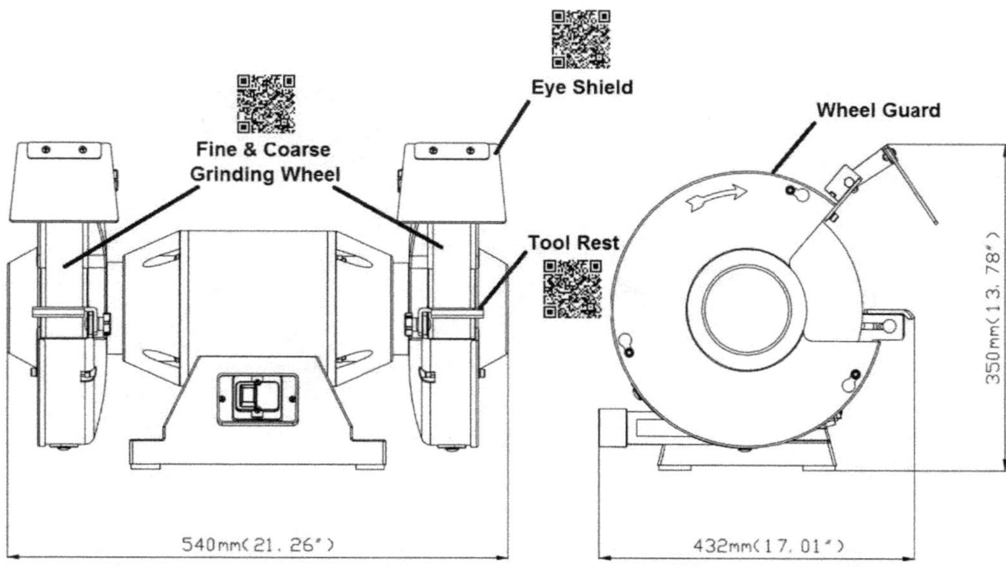

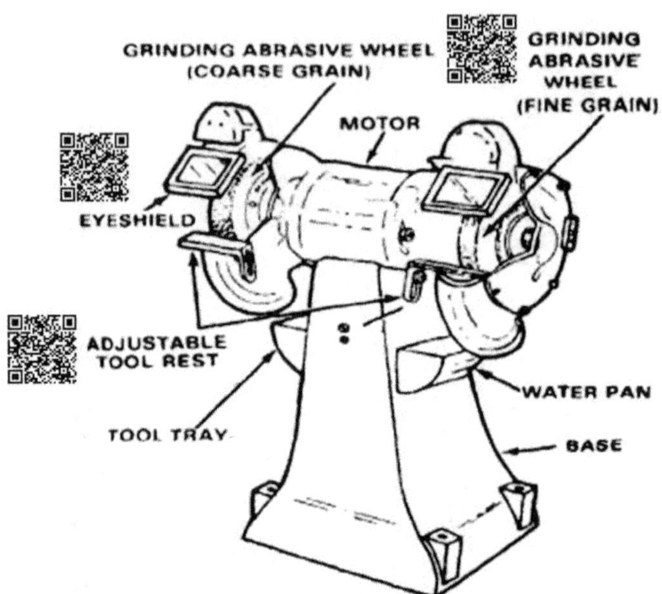

Pedastal Grinding Machine

2

टर्नर प्रथम वर्ष मराठी
MCQ

01] रक्तस्राव झाल्यास उपचार घ्या

अ] थंडपाण्याचीफवारणीकरा

ब] लगेच मलमपट्टी -----]

क] अपघात विचार उपचार बद्दल चौकशी

डी] थंड 3" आणि विश्रांती

०२] अपघात झाल्यास पीडितेने आय.एम

अ] विश्रांती घेण्यास सांगितले

क] तात्काळहजरझाले

डी] त्याला सोडा

०३] जखमी किंवा आजारी व्यक्तीला प्राथमिक उपचार दिले जातात....

अ] जीव वाचवा

ब] मफचा पुढील बिघाड टाळा

क] शक्य तितका आराम द्या

ड] हेसर्व

04] कचरा पेपर वेगळे करण्यासाठी डब्यांचा कलर कोड ----- आहे.

अ] निळारंग

ब] पिवळा रंग

क] लाल रंग

ड] हिरवा रंग

०५] जपानी भाषेत सेको म्हणजे --------------

अ] चमकणे

ब] क्रमवारी लावा

क] प्रमाणीकरण

ड] टिकवणे

06] SS प्रणालीचा फायदा ------ आहे.

अ] उत्पादकतेत वाढ

ब] गुणवत्तेत वाढ

क] वेळेचा अपव्यय कमी करणे

ड] हेसर्व

०७] सुरक्षा म्हणजे -----------

अ] कोणाचाही व्यवसाय नाही

ब] प्रत्येकशरीराचाव्यवसाय

C] काही शरीर व्यवसाय

ड] संस्थेचा व्यवसाय

08] मूलभूत श्रेणींसाठी सुरक्षा चिन्हे उपलब्ध आहेत "निषेध" चिन्हाचा अर्थ ----

अ] दाखवतेकीतेकेलेजाऊनये

ब] काय केले पाहिजे ते दाखवते

क] धोक्याची किंवा धोक्याची चेतावणी देते

ड] सुरक्षा तरतुदीची माहिती देते

09] वर्कशॉप सुरक्षा कोणती आहे?

अ] दुकानातीलमजलास्वच्छआणिग्रीस, तेलकिंवाइतरनिसरड्यापदार्थांपासूनमुक्तठेवा

ब] वेग बदलण्यापूर्वी मशीन थांबवा

C] फटाके किंवा चिरलेली साधने वापरू नका

ड] धावणारे मशीन हाताने थांबवण्याचा प्रयत्न करू नका

10] पर्सनल प्रोटेक्ट इक्विपमेंट (PPE) मध्ये हेल्मेट वापरले जाते

अ] डोकेसंरक्षितकरा

B] डोळ्यांचे रक्षण करा

क] हातांचे संरक्षण करा

ड] कानांचे रक्षण करा

11] खालीलपैकी कोणते सामान्य सुरक्षिततेशी संबंधित आहे?

A चांगल्या वृत्तीचा कार्यकर्ता ठेवा

ब] काम स्वच्छ आणि स्पष्ट

क] आपल्या कामावर लक्ष केंद्रित करा

ड] मजलाआणिगँगवेस्वच्छआणिस्वच्छठेवा

12] दळताना डोळ्यांच्या संरक्षणासाठी कोणता वापर केला जातो?

अ] गडद हिरवा काच

ब] मुखवटा

क] सूर्यांचा चष्मा

ड] <u>सुरक्षागॉगल</u>

13] मशीनच्या सुरक्षिततेसाठी खालीलपैकी काय केले जाते?

अ] <u>मशीनसुरूकरण्यापूर्वीतेलाचीपातळीतपासा</u>

ब] पद्धतशीर पद्धतीने कामे करा

C] फरशी आणि गँगवे स्वच्छ आणि स्वच्छ ठेवा

ड] डाय आणि स्कार्फ वापरू नका

14] ln पर्सनल प्रोटेक्ट इक्विपमेंट (PPE] , 'स्लीव्हज'चा वापर संरक्षणासाठी केला जातो ----------

चेहरा

ब] डोळे

क] कान

ड] <u>हात</u>

15] ABC म्हणजे --------------

अ] स्वयंचलित श्वास नियंत्रण

ब] स्वयंचलित रक्त नियंत्रण

क] <u>वायुमार्गातीलश्वासोच्छवासाचेअभिसरण</u>

ड] स्वयंचलित रक्त परिसंचरण

16] "वर्ग ब" आग विझवण्यासाठी अग्निशामक यंत्राचे प्रकार वापरले जातात ....]

अ] <u>कोरडीशक्ती</u>

B] कार्बन डायऑक्साइड

क] पाण्याचा जेट

ड] फोम प्रकार

17] सामान्य आग विझवण्यासाठी कोणत्या प्रकारचे अग्निशामक यंत्र वापरले जाते?

अ] <u>पाण्याचेप्रकारविझविण्याचेयंत्र</u>

ब] फोम प्रकार एक्टिंग्विशर

क] कोरडी रासायनिक पावडर एक्टिंग्विशर

D] कार्बन डायऑक्साइड (C02] एक्टिंग्विशर

18] एक मायक्रोमीटर (U] समान आहे...

अ] 0.1 मि.मी

ब] ०.०१ मिमी

C] <u>0.001 मिमी</u>

ड] 0.0001 मिमी

19] पाईप टी जॉइंटचे लीक प्रूफ सांधे तयार करण्यासाठी आणि पूर्ण करण्यासाठी वापरल्या जाणाऱ्या साधनाचे नाव सांगा

अ] <u>चर</u>

ब] सेट हातोडा

क] क्रिझिंग हातोडा

ड] गोल तळाशी भाग

20] हँडल फिक्स करण्यासाठी वापरल्या जाणाऱ्या हातोड्याचा भाग...

चेहरा

ब] पेन

क] गाल

ड] <u>डोळाछिद्र</u>

21] चिन्हांकित करण्याच्या हेतूने हातोड्याचे वजन आहे ...

अ] <u>250 ग्रॅम</u>

ब] 500 ग्रॅम

क] १ किग्रॅ

ड] 2 किग्रॅ

22] लहान छिद्र कापण्यासाठी कोणते पंच आणि डाई प्रकारचे मशीन वापरले जाते?

अ] कातरणे प्रकार निबलर

B] <u>पंचप्रकारनिबलर</u>

क] गोलाकार कटिंग मशीन

ड] गिलोटिन कातरण्याचे यंत्र

23] स्क्राइबर बनलेले आहेत ...

अ] सौम्य पोलाद

ब] <u>उच्चकार्बनस्टील</u>

क] पितळ

ड] कास्ट लोह

24] अभियंत्याच्या वाइसचा आकार द्वारे निर्दिष्ट केला जातो ...

अ] जंगम जबड्याची लांबी

ब] <u>जबड्याचीरुंदी</u>

क] दुर्गुणाची उंची

ड] जबडा जास्तीत जास्त उघडणे

vice

Bench Vice

खंडपीठ उपाध्यक्ष ॲनिमेशन आणि व्हिडिओ

25] सुतार वाइसमध्ये वापरल्या जाणार्‍या धाग्याचे स्वरूप आहे...

अ] चौकोन

ब] एक्मे धागा

क] <u>सावटूथधागा</u>

ड] पोर धागा

26] फाइल्सची उत्तलता मदत करते...

अ] अवतल पृष्ठभाग फाइल करण्यासाठी

ब] बहिर्वक्र पृष्ठभाग फाइल करण्यासाठी

क] <u>कामाच्याकडागोलाकारटाळण्यासाठी</u>

D] दाब लागू झाल्यावर सरळ होणारी फाईल

27]] पाईप टी जॉइंटच्या मुख्य पाईपसह शाखा पाईपची लंबता तपासण्यासाठी वापरल्या जाणार्‍या उपकरणाचे नाव सांगा.

अ] संरक्षक

ब] <u>चौरसप्रयत्नकरा</u>

क] आत्म्याची पातळी

ड] सरळ धार

28] स्लॉटची रुंदी मोजण्यासाठी कॅलिपर म्हणजे...

अ] विषम पाय कॅलिपर

ब] बाहेरील कॅलिपर

C] जेनी कॅलिपर

ड] <u>कॅलिपरच्याआत</u>

29] 'V' ब्लॉकच्या खोबणीचा अंतर्भूत कोन नेहमीच असतो....

अ] ४५०

ब] ६००

क] ९००

ड] <u>120०</u>

<u>v blocks</u>

<u>V Block</u>

'V' ॲनिमेशन आणि व्हिडिओ ब्लॉक करते

30] 'V' ब्लॉक्सच्या ग्रेडमध्ये उपलब्ध आहेत...

अ] <u>अआणिब</u>

ब] अ, ब आणि क

क] १,२ आणि ३

ड] १ आणि २

31] 'B' ग्रेडचे 'V' ब्लॉक बनलेले आहेत

अ] <u>कास्टलोह</u>

ब] सौम्य पोलाद

क] पोलाद

ड] कास्ट स्टील

32] 'V' ब्लॉक 50/5-40 A व्यासाच्या नोकऱ्या ठेवण्यासाठी वापरला जातो.

A] Ø 50 मिमी

ब] Ø 5 ते Ø 50 मिमी

क] <u>Ø 5 ते Ø 40 मि.मी</u>

D] Ø 40 मिमी

33] 'V' ब्लॉक बनवण्यासाठी कास्ट आयर्न वापरण्याचे कारण

अ] ब्लॉकचे वजन वाढवण्यासाठी

ब] खर्च कमी करण्यासाठी

C] <u>घर्षणकमीकरण्यासाठी</u>

ड] एक चांगला देखावा मिळविण्यासाठी

34] पातळ नळ्या कापण्यासाठी, हॅकसॉ ब्लेडची सर्वात योग्य पिच आहे...

अ] 1.8 मिमी

ब] 1.4 मिमी

क] 1 मि.मी

ड] <u>0.8 मि.मी</u>

35] ठोस पितळ कापण्यासाठी, हॅकसॉ ब्लेडची सर्वात योग्य खेळपट्टी आहे...

अ] <u>1.8 मिमी</u>

ब] 1.4 मिमी

क] 1 मि.मी

ड] 0.8 मि.मी

36] काही स्ट्रोक नंतर एक नवीन हॅकसॉ ब्लेड मुळे सैल होते ...

अ] <u>ब्लेडचेताणणे</u>

ब] विंग-नट धागे जीर्ण होत आहेत

क] ब्लेडची चुकीची खेळपट्टी

ड] करवतीच्या संचाची अयोग्य निवड.

37] लहान व्यासाचे पाईप्स कापताना, नियमितपणे पाहणे आणि याची खात्री करणे उचित आहे ...

अ] कट वक्र रेषेच्या बाजूने आहे

ब] <u>अधिककरवतीचेदातआकुंचनपावलेआहेत</u>

क] काम जास्त तापलेले नाही

ड] हॅकसॉचे योग्य संतुलन राखले जाते

38] ड्रिल असत्य चालल्यास, ते होईल

अ] खूप गरम होणे

ब] लहान आकारात कट करा

क] स्पिंडल विकृत करणे

डी] <u>मोठ्याआकाराचेछिद्रकापूनटाका</u>

39] ड्रिल खूप वेगाने चालवल्याने अनेक परिणाम होतात

अ] <u>कटिंगएजखराबकरणे</u>

ब] खराब पृष्ठभाग समाप्त

क] टांग फिरवणे

ड] अंडाकृती छिद्र पाडणे

40] जीर्ण जमीन इच्छा एक धान्य पेरण्याचे यंत्र

अ] ड्रिल होल ओव्हरसाईज

ब] <u>ड्रिलहोलकमीआकाराचे</u>

क] केंद्राबाहेर धावणे

D] अचूक भोक ड्रिल करा

41] लेथवर वापरल्या जाणार्‍या ड्रिल्सवर दिलेला मोर्स टेपर दरम्यानच्या श्रेणींमध्ये असतो

अ] <u>MT1 ते MT5</u>

ब] MT1 ते MT4

C] MT0 ते MT5

D] MT0 ते MT4

42] लहान ड्रिल कामात खूप जलद खायला दिल्यास परिणाम होऊ शकतो

अ] <u>कवायतीतोडणे</u>

ब] ड्रिल वाकणे

क] अंडाकृती आकाराचे छिद्र कापणे

ड] उत्पादन वाढले

43] M 20 टॅपसाठी ड्रिलचा आकार आहे

अ] <u>17.5 मिमी</u>

ब] 18 मिमी

क] 18.5 मिमी

ड] 19 मिमी

44] टेपर शँक ड्रिल मशीनवर याद्वारे धरल्या जातात ...

अ] चक

<u>ब] बाही</u>

क] वाहून जाणे

ड] वाइस

45] ड्रिल चक ड्रिलिंग मशीनच्या स्पिंडलवर एका... द्वारे बसवले जातात.

अ] नर्ल्ड रिंग

<u>ब] आर्बर</u>

क] वाहून जाणे

ड] पिनियन आणि किल्ली

drill chuck

drilling machine

ड्रिल चक ॲनिमेशन आणि व्हिडिओ

46] ड्रिलमध्ये दिलेला मोर्स टेपर...

A] <u>MT 1 ते MT 5</u>

ब] MT 1 ते MT 4

C] MT 0 ते MT 5

D] MT 0 ते MT 4

47] ड्रिफ्टचा वापर यासाठी केला जातो...

अ] ड्रिल स्थान काढणे

ब] मशीन स्पिंडलवर चक फिक्स करणे

क] कामातून तुटलेली ड्रिल काढणे

ड] <u>मशीनस्पिंडलमधूनड्रिलकाढणे</u>

48] जेव्हा ड्रिलची टेपर शॅंक मशीनच्या स्पिंडलपेक्षा मोठी असते, तेव्हा ड्रिल ठेवण्याचे साधन म्हणजे...

अ] ड्रिल स्लीव्ह

ब] <u>टेपरसॉकेट</u>

क] ड्रिल ड्रिफ्ट

ड] चक आणि कि

49] रेडियल ड्रिलिंग मशीनचे एक विशेष वैशिष्ट्य आहे ...

अ] हे HSS] ड्रिलसह ड्रिलिंगसाठी वापरले जाऊ शकते

ब] टेबल कोणत्याही स्थितीत हलवले आणि सेट केले जाऊ शकते

क] वेगाची विविधता उपलब्ध आहे

ड] <u>स्पिंडलकोणत्याहीस्थितीतआणलेजाऊशकते</u>

50] ड्रिलचा बिंदू कोन यावर अवलंबून असतो...

अ] ड्रिलचा आकार

ब] यंत्राचा प्रकार

क] <u>कामाचेसाहित्य</u>

D] ड्रिलचा RPM

51] प्रमाणित ड्रिलसाठी बिंदू कोन आहे...

अ] 60०

ब] 108०

क] <u>118०</u>

ड] 135०

52] हेलिकल कोन ठरवतो...

अ] कटिंग अँगल

ब] कोन चघळणे

क] <u>रेककोन</u>

ड] ओठांचा कोन

53] ड्रिलचा क्लिअरन्स कोन दरम्यान आहे...

अ] 3० ते 5०

ब] <u>8० ते 12०</u>

क] 12० ते 20०

ड] 15० ते 20०

54] कटिंग एजच्या मागे दिलेल्या आराम कोनाला म्हणतात..

अ] बिंदू कोन

ब] छिन्नी धार कोन

क] हेलिक्स कोन

ड] <u>क्लिअरन्सकोन</u>

55] संख्या ड्रिल मालिकेच्या संचामध्ये खालील श्रेणीतील ड्रिल असतात] योग्य श्रेणी दर्शवा

अ] 1 ते 40

ब] 1 ते 50

क] <u>1 ते 80</u>

ड] 1 ते 100

56] संख्या ड्रिल मालिकेत, सर्वात लहान ड्रिल आकार आहे...

अ] 0.1 मिमी

ब] <u>0.35 मिमी</u>

क] 0.5 मिमी

ड] 0.52 मिमी

57] नंबर ड्रिल सीरिजमध्ये, ड्रिलचा सर्वात मोठा आकार आहे...

अ] 102 मिमी

ब] <u>5.791 मिमी</u>

क] 5.613 मिमी

ड] 5.410 मिमी

58] लेटर ड्रिल सिरीजमध्ये ड्रिल 'A' चा आकार...

अ] 13 मिमी

ब] 6.08 मिमी

क] 6.045 मिमी

ड] <u>5.944 मिमी</u>

59] लेटर ड्रिल सीरिजमध्ये, सर्वात मोठ्या ड्रिलचा आकार ...

अ] 10.33 मिमी

ब] <u>10.490 मिमी</u>

क] 12.01 मिमी

ड] 15.00 मिमी

६०] दुर्गम ठिकाणी (वीज उपलब्ध नाही) रेल्वे ट्रॅक ड्रिल केला जाणार आहे] योग्य ड्रिलिंग मशीन निवडा

अ] रेडियल ड्रिलिंग मशीन

ब] पिलर ड्रिलिंग मशीन

क] <u>रॅचेटड्रिलिंगमशीन</u>

ड] संवेदनशील ड्रिलिंग मशीन

61] कॅबिनेट बनवण्यासाठी सुतार वापरत असलेले ड्रिलिंग मशीन म्हणजे...

अ] रॅचेट ड्रिलिंग मशीन

ब] रेडियल ड्रिलिंग मशीन

क] <u>स्तनड्रिलिंगमशीन</u>

ड] संवेदनशील ड्रिलिंग मशीन

६२] सरफेस प्लेट्स बनलेल्या असतात...

अ] उच्च दर्जाचे कास्ट स्टील

ब] <u>बारीककच्चालोह</u>

क] मिश्र धातु स्टील्स

ड] लोह

63] M 20 टॅपसाठी ड्रिलचा आकार आहे

अ] <u>17.5 मिमी</u>

ब] 18 मिमी

क] 18.5 मिमी

ड] 19 मिमी

64] टॅपिंग मुख्यतः उत्पादनासाठी केले जाते

अ] बाह्य 'V' धागा

ब] <u>अंतर्गत 'V' धागा</u>

क] बाह्य चौरस धागा

ड] अंतर्गत चौरस धागा

65] टॅपिंगसाठी ड्रिलचा आकार आहे

अ] टॅप आकारापेक्षा जास्त

ब] <u>टॅपआकारापेक्षाकमी</u>

क] टॅप आकाराच्या समान

ड] टॅपच्या आकारापेक्षा जास्त किंवा कमी

66] लेथ कामासाठी खालीलपैकी कोणता टॅप सर्वात योग्य आहे?

अ] सर्पिल टॅप

ब] <u>मशीनटॅप</u>

क] हाताचा नळ

ड] डाव्या हाताचा नळ

67] एक डाई a सह चालू आहे

अ] डाय रेंच

ब] <u>डायस्टॉक</u>

क] डाय प्लेट

ड] डाय हँडल

68] एक टम्बलर गियर युनिट आहे

अ] एकच गियर

ब] दोन गीअर्स

सी] <u>तीनगीअर्स</u>

ड] चार गीअर्स

69] घन साधनाची कटिंग कड बनलेली असते

अ] <u>कार्बनस्टील</u>

ब] सौम्य पोलाद

C] सुपर हाय स्पीड स्टील

ड] स्टिलाइट

70] सिमेंट कार्बाइड थ्रेडिंग टूलची टीप आहे

A] <u>brazed</u>

ब] वेल्डेड

क] सोल्डर केलेले

ड] टांग्याला चिकटवले

71] टूल कामाच्या पृष्ठभागावर घासेल आणि कटिंग फोर्स वाढेल तेव्हा..

अ] क्लिअरन्स कोन अधिक आहे

ब] <u>मंजूरीपरीकमीआहे</u>

क] रेक कोन अधिक आहे

ड] रेकचा कोन कमी आहे

72] कापताना चिपची निर्मिती यावर आधारित असते...

अ] <u>उपकरणाचारेककोन</u>

B] साधनाचा क्लिअरन्स कोन

क] उपकरणाचा पाचर कोन

D] साधनाचा क्लिअरन्स आणि वेज अँगल

73] ड्रिलिंग मशीनमध्ये सौम्य स्टील ड्रिल करण्यासाठी योग्य कटिंग फ्लुइड आहे...

अ] सिंथेटिक विद्रव्य तेल

ब] स्वच्छ तेल

क] डिस्टिल्ड वॉटर

ड] विद्राव्यतेल

74] सेंटर ड्रिलिंग हे एक ऑपरेशन आहे...

अ] ड्रिलिंगआणिकाउंटरसिंकिंग

ब] ड्रिलिंग आणि काउंटर बोरिंग

क] ड्रिलिंग करण्यापूर्वी केंद्र स्थान चिन्हांकित करणे

ड] छिद्राचा व्यास मोठा करणे

75] शाफ्टचे टोक मध्यभागी ड्रिल केले जातात...

अ] केंद्रांमध्येसहाय्यककनोकर्‍या

ब] मृत केंद्र वंगण घालणे

क] वजन कमी करणे

ड] काउंटर कंटाळवाणा मदत करणे

76] केंद्र ड्रिलचा आकार आधारावर निवडला जातो

अ] कामाची लांबी

ब] कामाची सामग्री

क] कामाचाव्यास

डी] ऑपरेशन प्रकार

77] केंद्र ड्रिलिंग येथे केले जाते

अ] उच्च फीडसह उच्च स्पिंडल गती

ब] उच्च फीडसह कमी स्पिंडल गती

C] कमीफीडसहउच्चस्पिंडलगती

ड] कमी फीडसह कमी स्पिंडल गती

78] व्हर्नियर कॅलिपरची सर्वात कमी गणना आहे

अ] 0.01 मिमी

ब] 0.02 मिमी

C] 0.001 मिमी

D] 0.2 मिमी

vernier caliper

Vernier Caliper 1

व्हर्नियर कॅलिपर ॲनिमेशन आणि व्हिडिओ

79] डेप्थ मायक्रोमीटरचे ग्रॅज्युएशन आहेत...

अ] बाहेरील मायक्रोमीटर सारखे

ब] बाहेरीलमायक्रोमीटरच्याउलटदिशेने, थिंबलआणिस्लीव्हदोन्ही

क] फक्त स्लीव्हवर उलट दिशेने

ड] फक्त अंगठ्यावर दिशेने

depth micrometer

Depth Micrometer

डेप्थ मायक्रोमीटर ॲनिमेशन आणि व्हिडिओ

80] सॉकेट स्क्रू हेड सामावून घेण्यासाठी छिद्राचा शेवट मोठा करण्याची प्रक्रिया आहे...

अ] रीमिंग

ब] स्पॉट फेसिंग

क] <u>काउंटरकंटाळवाणे</u>

ड] काउंटर बुडणे

boring

कंटाळवाणे ऑपरेशन

81] दिलेल्या व्यासाला कंटाळवाणे करण्यासाठी कंटाळवाणे साधन निवडताना, निवडा

अ] एक लांब साधन

ब] एक लहान साधन

क] एक लांब आणि कडक साधन

ड] <u>एकलहानआणिकडकसाधन</u>

82] कंटाळवाणा साधनाची कटिंग धार एका लहान छिद्रासाठी सेट केली पाहिजे जेणेकरून ती असेल

अ] केंद्रापासून ०.५ मि.मी

ब] केंद्राच्या खाली 0.5 मि.मी

क] मध्यभागी 1 मि.मी

D] <u>अचूकमध्यभागी</u>

83] कंटाळलेल्या छिद्रांचा वापर करून चेंफर करावे

अ] एक ड्रिल

ब] त्रिकोणी स्क्रॅपर

क] <u>विक्षिप्तकंटाळवाणेसाधन</u>

ड] एक फ्लॅट फाइल

84] खोल छिद्रे पाडण्यासाठी वापरले जाणारे साधन म्हणजे a

अ] लेथ मॅन्डरेल

B] बाही

क] कवायत

ड] कंटाळवाणा बार

इ] <u>औगरबिट</u>

85] रफ बोरिंगसाठी कटिंग स्पीड आहे

अ] <u>उग्रवळणसारखे</u>

ब] ड्रिलिंग सारखेच

क] knurling समान

ड] धागा कापण्यासारखेच

86] रीमरचा वापर यासाठी केला जातो...

अ] पातळ पत्र्यांमध्ये छिद्र पाडणे

ब] खोल छिद्र पाडणे

क] burrs काढणे

ड] <u>छिद्रवाढवणेआणिपूर्णकरणे</u>

reamer

Reamers

रीमर ॲनिमेशन आणि व्हिडिओ

87] रिमरचे दात असमान अंतरावर असतात कारण...

अ] ते तयार करणे सोपे आहे

ब] <u>तेबडबडकमीकरूशकतात</u>

क] ते हळूहळू धातू कापण्यास मदत करतात

ड] ते रेमर सहज काढण्यास मदत करतात

88] खालीलपैकी कोणती रीमरची क्षमता नाही?

अ] लहान छिद्रे पूर्ण करणे

ब] <u>कोणतेहीमशीनकेलेलेप्रोफाइलपूर्णकरणे</u>

C] जवळच्या मर्यादेपर्यंत अचूकता

ड] उच्च दर्जाचे पृष्ठभाग समाप्त उत्पादन

89] कोणत्याही कटिंग फ्लुइडची सर्वात महत्वाची गुणवत्ता आहे

अ] इमल्सिफिकेशन

ब] विशिष्ट उष्णता

क] विशिष्ट गुरुत्व

ड] <u>स्निग्धता</u>

cutting fluid 1

कटिंग फ्लुइड

90] वर्कपीसवर शीतलक वापरून आपण निवडू शकतो

अ] <u>उच्चकटिंगवेग</u>

ब] कमी कटिंग फीड

क] कमी कटिंग गती

ड] कटांची जड खोली

91] HSS] टूल्ससह ॲल्युमिनियमसाठी कटिंग गती आहे

अ] ३० मी/मिनिट

B] ५० मी/मिनिट

C] 70 मी/मिनिट

ड] <u>130 मी/मिनिट</u>

92] HSS] टूलसह ब्राससाठी कटिंग गती आहे

अ] 10 मी/मिनिट

ब] 25 मी/मिनिट

C] <u>70 मी/मिनिट</u>

ड] 140 मी/मिनिट

93] मशिनिंग करताना उपकरणाची कटिंग धार एका मिनिटात मटेरियलवर जे अंतर पार करते त्याला असे म्हणतात...

अ] RPM

ब] चारा

क] यंत्राचा वेग

ड] <u>कटिंगवेग</u>

94] कास्ट आयरन चिपकण्यासाठी कटिंग ॲंगल आहे...

अ] ३७.५०

B] ५५०

क] <u>60०</u>

ड] 90०

95] कटची खोली द्वारे दिली जाते

अ] वरची स्लाइड

ब] क्रॉस-स्लाईड

क] कंपाऊंड स्लाइड

ड] साधन समायोजित करणे

96] लेथ चक लावण्यासाठी

अ] हाताने सुरू करा आणि नंतर पॉवर चालू करा

ब] शक्तीने ते माउंट करा

क] हातानेमाउंटकरा

ड] हातोड्याच्या साहाय्याने तो बसवा

lathe chucks

Lathe Chuck

लेथ फोर जबडा चक ॲनिमेशन आणि व्हिडिओ

97] लेथवर वापरल्या जाणाऱ्या ड्रिल्सवर दिलेला मोर्स टेपर दरम्यानच्या श्रेणीमध्ये असतो

अ] MT1 ते MT5

ब] MT1 ते MT4

C] MT0 ते MT5

D] MT0 ते MT4

98] लहान ड्रिल कामात खूप जलद खायला दिल्यास परिणाम होऊ शकतो

अ] <u>कवायतीतोडणे</u>

ब] ड्रिल वाकणे

क] अंडाकृती आकाराचे छिद्र कापणे

ड] उत्पादन वाढले

99] ट्विस्ट ड्रिलमध्ये बासरीची संख्या -------- असते.

अ] १

<u>ब] २</u>

क] ३

ड] ४

100] वीज उपलब्ध नसलेल्या ठिकाणी छिद्र पाडण्यासाठी खालीलपैकी कोणते ड्रिलिंग मशीन वापरले जाते?

अ] बेंच ड्रिलिंग मशीन

ब] पिलर ड्रिलिंग मशीन

क] ड्रिलिंग मशीन पुन्हा डायल करा

<u>ड] रॅचेटड्रिलिंगमशीन</u>

101] खालीलपैकी कोणते ड्रिलिंग मशीन हेवी ड्युटी कामासाठी वापरले जाते?

अ] बेंच ड्रिलिंग मशीन

ब] पिलर ड्रिलिंग मशीन

<u>क] रेडियलड्रिलिंगमशीन</u>

ड] इलेक्ट्रिक हँड ड्रिलिंग मशीन

102] लेथमध्ये सौम्य स्टील ड्रिल करण्यासाठी योग्य कटिंग फ्लुइड आहे

अ] कृत्रिम विद्रव्य तेल

ब] व्यवस्थित कटिंग तेल

सी] डिस्टिल्ड वॉटर

<u>डी] विरघळणारेतेल + पाणी</u>

103] अचूक ग्राइंडिंगसाठी योग्य कटिंग फ्लुइड आहे

अ] विद्राव्य तेल

<u>ब] सिंथेटिकविद्रव्यतेल</u>

क] स्वच्छ तेल

डी] सर्वो कट'

gringing wheel   bench grinder-wheel

ग्राइंडिंग व्हील ॲनिमेशन आणि व्हिडिओ

104] ग्राइंडिंग ऑपरेशन दरम्यान कटिंग फ्लुइड वापरण्याचा फायदा म्हणजे ------

अ] 5000 पृष्ठभाग समाप्त

ब] कटिंग फोर्समध्ये घट

क] कामाचा तुकडा कडक होणे कमी करणे

ड] हेसर्व]

105] वंगण आवश्यक आहे............]

अ] कमीतकमीभारघेऊनमशीनसुरळीतचालवा

ब] यंत्र लवकर चालवा

क] मशीन ताबडतोब थांबवा

ड] अधिक अचूकतेचा कार्य भाग तयार करा

106] मशीन टूल्समध्ये वंगण वापरण्याचा मुख्य उद्देश ------ आहे.

अ] बनवण्याचे भाग थंड करा

ब] मशीन टूल गरम होण्यापासून प्रतिबंधित करा

C] जवळच्या संपर्कासाठी बनवण्याचे भाग ओले करा

ड] बनवणाऱ्याभागांमधीलघर्षणकमीकरा

107] ड्रायव्हिंग प्लेट्ससाठी वापरल्या जातात

अ] माउंटिंग फिक्स्चर आणि वर्कपीसेस

ब] लेथडॉगसहकेंद्राच्यादरम्यानशाफ्टचालवणे

C] केवळ ऑपरेशन्सचा सामना करणे

डी] फक्त अंतर्गत ऑपरेशन्स

108] फेस प्लेटच्या कामात संतुलन साधले जाते

अ] वेग वाढवण्यासाठी

ब] साधनावरील दबाव कमी करण्यासाठी

C] कामाच्याएकसमानरोटेशनसाठी

ड] चांगली समाप्ती मिळवण्यासाठी

109] फेस प्लेट ठेवण्यासाठी वापरला जातो

अ] एक गोल काम

ब] एक पूर्ण झालेले काम

सी] <u>एकअनियमितनोकरी</u>

ड] एक पोकळ काम

110] फेस प्लेटसह वापरलेली योग्य कोन प्लेट कोणती आहे

(अ] <u>घन प्रकार</u>

(ब] बॉक्स प्रकार

(C] समायोज्य प्रकार

(डी] त्यापैकी एकही नाही

angle plate

precision instruments

अँगल प्लेट ऑनिमेशन आणि व्हिडिओ

111] फेस प्लेट यापासून बनविली जाते.....]

(अ] सौम्य पोलाद

(ब] <u>कास्ट आयर्न</u>

(क] पितळ

(डी] ॲल्युमिनियम

112] विषम असमान जॉब वळणासाठी खालील कोणते सामान वापरले जाते?

(अ.) तीन जबडा चक

(आ.) दोन जबडा चक

(क] ड्रायव्हिंग प्लेट

(डी] फेस प्लेट

113] अनियमित आकाराचा वर्क पीस लेथवर लावला जातो] खालीलपैकी कोणते काम होल्डिंग ऍक्सेसरीज वापरले जाते?

अ] दोन जबडा चक

ब] तीन जबडा चक

क] ड्रायव्हिंग प्लेट

ड] फेसप्लेट

114] स्थिर विश्रांतीचे पॅड बनलेले असतात

अ] कार्बन स्टील

ब] आघाडी

क] सौम्य पोलाद

ड] पितळ

steady rest

Accessories Attachments

स्थिर विश्रांती ऑनिमेशन आणि व्हिडिओ

115] एक स्थिर विश्रांती वापरली जाते

अ] नोकरी धरण्यासाठी

ब] फेस प्लेट कामासाठी

क] नोकरी चालवणे

ड] <u>नोकरीलापाठिंबादेण्यासाठी</u>

116] वर एक अनुयायी स्थिर आहे

अ] लेथ बेड

ब] <u>लेथकॅरेज</u>

क] लेथ स्पिंडल

ड] टेलस्टॉक

117] लांब कामाचे तुकडे फिरवताना खालील गोष्टींचा वापर केला जातो

एक बाही

बी गियर बदला

<u>सी स्थिर विश्रांती</u>

डी कंस]

118] Knurling ऑपरेशन येथे केले जाते

अ] टर्निंग स्पिंडल वेग

ब] उच्च स्पिंडल गती

C] <u>टर्निंगस्पिंडलगतीचा 1/3</u>

D] टर्निंग स्पिंडल गतीचा 1⁄2

knurling tool

Accessories Attachments

Knurling Tool ॲनिमेशन आणि व्हिडिओ

119] Knurling चे ऑपरेशन आहे

अ] कातरणे

ब] <u>निर्मिती</u>

क] वळणे

ड] दाबणे

120] मँड्रेल्सचा वापर सामान्यतः मशीनिंग करताना केला जातो

अ] भारी कट

ब] <u>शॉर्टफेसिंगकट</u>

क] प्रकाश कट

ड] कंटाळवाणे साधने

121] BIS प्रणालीमध्ये 25 छिद्र विचलन द्वारे निर्दिष्ट केले आहेत

अ] लहान अक्षरे

ब] संख्या असलेली लहान अक्षरे

क] सहिष्णुतेसह लहान अक्षरे

ड] <u>कॅपिटलअक्षरे</u>

122] BIS मध्ये समाविष्ट केलेल्या आकारांची मानक श्रेणी] मर्यादा आणि फिटची प्रणाली आहे

अ] 0 ते 10 मि.मी

ब] 0 ते 100 मि.मी

क] 25 ते 400 मि.मी

ड] 0 ते 500 मि.मी

123] मूळ आकार म्हणजे आकार

अ] रेखाचित्रात नमूद केले आहे

ब] ऑपरेटरद्वारे मशीन केलेले

C] ज्याच्याआधारावरविचलनदिलेजाते

ड] प्रशिक्षकाने दिलेला

124] आकाराच्या मर्यादा आहेत

अ] २

ब] 3

क] ४

ड] 5

125] BIS] प्रणालीतील मूलभूत विचलनांची संख्या आहे

अ] २०

ब] 22

क] २५

ड] २८

126] BIS] प्रणालीमध्ये सहनशीलतेच्या श्रेणीची संख्या आहे

अ] १२

ब] 16

क] १८

ड] २०

127] ज्या आकाराच्या आधारावर मितीय विचलन दिले जातात त्याला म्हणतात...

अ] वास्तविक आकार

ब] मूळआकार

क] आकाराची किमान मर्यादा

ड] आकाराची कमाल मर्यादा

128] अदलाबदल क्षमता गुणधर्म प्रदान करण्यासाठी ..... द्वारे तयार केलेल्या भागांचा आकार] (अ) मापन प्रणाली

(ब) चाचणी आणि त्रुटी प्रणाली

(C] मर्यादा आणि सहिष्णुता प्रणाली

(डी] त्यापैकी एकही नाही

129] जर तुमचा जॉब टॅपर मोजला असेल तर तो बरोबर आहे

उच्च मर्यादेच्या वर अ

B उच्च आणि खालच्या मर्यादेमध्ये

सी खालच्या मर्यादेच्या खाली]

130] मूळ परिमाणाच्या एका बाजूला सहिष्णुता दिली जाते तेव्हा त्याला -------- म्हणतात.

अ] .सहिष्णुता प्रणाली

ब] एकतर्फीसहिष्णुता

क] द्विपक्षीय सहिष्णुता

ड] भत्ता प्रणाली

131] एक परिमाण असे सांगितले आहे (चित्रात 025 H7] खालची मर्यादा ---------- आहे.

अ] 24.75 मिमी

ब] 24.85 मिमी

क] 25.00 मिमी

ड] 25-021 मिमी

132] घटकाच्या परिमाणांचे मोजलेले आकार ---------- म्हणतात.

अ] मूळ आकार

ब] नाममात्र आकार

क] अनुमत आकार

ड] वास्तविकआकार

133] रेखांकनामध्ये शाफ्टची परिमाणे 40i 0068/0042 दर्शविली आहे, सहिष्णुतेमध्ये शाफ्टचा आकार किती आहे?

अ] 4.0.64 मिमी

ब] 40.042 मिमी

C] 40.000 मिमी

ड] 39.998 मिमी

134] इन होल मूलभूत प्रणाली ----------

अ] शाफ्टचा आकार स्थिर केला जातो

ब] छिद्राचाआकारस्थिरकेलाजातो

क] छिद्रावर फक्त 'भत्ता दिला जातो

ड] परवानगीयोग्य सहिष्णुता छिद्र आणि शाफ्टवर दिली जाते

135] घटकाचा आकार 24 -0.1 असा दिला आहे] -O.1 काय दर्शवते? _

अ] वरचे विचलन + ०.१ मिमी आहे]

ब] निम्न विचलन 0.0 मिमी आहे

C] मूलभूत विचलन 0.0 मिमी आहे

D] खालचेविचलन _ 0.1 मिमीआहे

136] छिद्राची सहनशीलता ------- मधील फरक आहे

अ] कमाल भोक आकार आणि जास्तीत जास्त शाफ्ट आकार

ब] जास्तीतजास्तभोकआकारआणिजास्तीतजास्तभोकआकार

C] किमान छिद्र आकार आणि जास्तीत जास्त शाफ्ट आकार

ड] किमान छिद्राचा आकार आणि किमान शाफ्टचा आकार

137] ज्या छिद्राचे खालचे विचलन शून्य आहे त्याला मूलभूत छिद्र म्हणतात] खालीलपैकी कोणते अक्षर मूलभूत छिद्र दर्शवते?]

अ] इ

ब] एफ

क] ग॑

ड] एच

138] वरचे विचलन शून्य असलेले कोणते?

अ] Bassc शाफ्ट

ब] मूळ छिद्र

क] सहिष्णुता

ड] मंजुरी

139] शाफ्टवर बॉल बेअरिंग फिट प्रकार आहे? ,

अ] क्लिअरन्स फिट

ब] ड्रायव्हिंगफिट

क] संकोचन फिट

ड] वरीलपैकी काहीही नाही

140] मोठ्या प्रमाणावर उत्पादनात अदलाबदल क्षमता साध्य करण्यासाठी खालीलपैकी कोणता घटक आवश्यक आहे?]

अ] भूमितीय अचूकता]

ब] मानकीकरण

क] मितीयअचूकता

डी] पृष्ठभाग समाप्त

141] BIS च्या मर्यादा आणि तंदुरुस्त प्रणालीमध्ये, सहिष्णुतेची श्रेणी संख्या चिन्हांद्‌वारे दर्शविली जाते आणि तेथे ---------i आहेत

A] सहिष्णुतेचे 14 ग्रेड

ब] सहनशीलतेचे 16 ग्रेड

C] सहिष्णुतेचे 18 ग्रेड'

ड] सहिष्णुतेचे 20 ग्रेड

142] उत्पादनाला गुणवत्ता असते असे म्हणतात जेव्हा ....]

अ] त्याचा आकार आणि परिमाणे मर्यादेत आहेत

ब] तेवापरण्यासयोग्यआहे

क] ते खूप चांगले असल्याचे दिसून येते

ड] साहित्याची निवड योग्य आहे

143] होल'30 +0.021, 0.000 आणि शाफ्ट 30 -0.110, 0.143 दरम्यान जास्तीत जास्त क्लिअरन्स आवश्यक आहे.

अ] 0.110 मिमी'

B] ०.१३१ मिमी

C] 0.164 मिमी

ड] 0.143 मिमी

144] रेखाचित्रात 25 .1002 मिमी असे परिमाण सांगितले आहे] सहिष्णुता काय आहे?

अ] +०.०२ मिमी'

ब] +0.04 मिमी

C] -0.02 मिमी

ड] 25.00 मिमी

145] एक पिन एका छिद्रात बसविली जाते] पिनचा सहिष्णुता क्षेत्र छिद्रापेक्षा संपूर्णपणे वर असतो] प्राप्त केलेली फिट किती असेल?

अ] क्लिअरन्स फिट

ब] संक्रमण फिट

क] हस्तक्षेपफिट

ड] धावणे फिट

146] अदलाबदल करण्याची क्षमता सामान्यतः लागू केली जाते? _

अ] भागांची दुरुस्ती

ब] मोठ्याप्रमाणातउत्पादन

क] सिंगल पीस उत्पादन

ड] हे सर्व

147] भागाच्या आकारास सहिष्णुता दिली जाते ....]

अ] आवश्यकअनुज्ञेयआकाराच्याबुटीमध्येभागाचेउत्पादनकरा

ब] उत्पादन वाढवा

क] उत्पादन कमी करा

ड] घटक अंदाजे पूर्ण करा

148] खालीलपैकी कोणते क्लीयरन्स संपूर्ण मूलभूत प्रणाली अंतर्गत योग्य आहे?

A] 20 H7/p6'

ब] 2067/211

C] ZOG/gll]

D] 20H/g11]

149] BIS प्रणालीनुसार फिटचे तीन वर्ग आहेत............] ~]

अ] क्लिअरन्सफिट, इंटरफेरन्सफिटआणिट्रांझिशनफिट

ब] मध्यम फिट, पुश फिट आणि घट्ट फिट

क] फ्लॅट फिट, राउंड फिट आणि स्क्वेअर फिट

ड] 'स्लाइडिंग फिट', लूज फिट आणि संकोचन फिट

150] खालीलपैकी कोणत्या सहिष्णुतेच्या वैशिष्ट्यांमध्ये 20 मिमी पेक्षा जास्त आकारमानहीन आहे?

अ] २० +०.२,-०.३

ब] 20 320.2

क] 20 -0.2, 0.3 ई

D] m 20 +500, ~03

151] कमाल आणि किमान मर्यादेतील फरक -~~~~~~~-~~~~~'

अ] एकच माहिती देणारा

ब] मूळ शाफ्ट

क] मंजुरी

ड] सहिष्णुता

152] एक शाफ्ट 55 झुडूप मध्ये मुक्तपणे चालणारा प्रकार --------- आहे.

अ] क्लिअरन्स फिट

ब] ड्रायव्हिंग प्लेट

क] संकोचनफिट

ड] वरीलपैकी काहीही नाही

153] मोर्स टेपरचे टेपर रेशो आहे

अ] 10 मध्ये 1

ब] 15 मध्ये 1

क] 20 मध्ये 1

ड] 25 मध्ये 1

154] मोर्स मानक टेपर मध्ये उपलब्ध आहे

अ] 16 क्र

ब] १२ क्र

क] <u>10 क्र</u>

ड] 8 क्र

155] टेलस्टॉक पद्धत ऑफसेट करून टेपर टर्निंग उत्पादन करू शकते

अ] अंतर्गत टेपर

B] एक अंतर्गत टेपर धागा

सी] <u>एक बाह्य टेपर</u>

डी] बाह्य आणि अंतर्गत दोन्ही टेपर्स

taper turning

Taper Turning Attachment

टेलस्टॉक ऑफसेट ॲनिमेशन आणि व्हिडिओद्वारे टेपर

156] टेपर टर्निंग अटॅचमेंट वापरुन, टेपर्स वळवता येतात.

अ] 10०

ब] <u>15०</u>

क] 20०

ड] 30०

157] टेपरची अचूकता सामान्यतः ...... याद्वारे तपासली जाते.

अ] <u>टेपर गेज</u>

ब] गेज ब्लॉक्स

C] इंडिकेटर आणि उंची गेज

D] 'V' ब्लॉक

158] कंपाऊंड रेस्ट पध्दतीने टॅपर्स वळवणे यात पूर्णपणे काम करणे समाविष्ट आहे

दशांश मोजमाप

B अपूर्णांक मोजमाप

सी मेट्रिक मोजमाप

डीकोनीयमाप]

159] लांब टेपर तयार केले जातात

बारीक टर्निंग संलग्नक सह A

कंपाउंड स्लाइडसह बी

शेपूटस्टॉकप्रतीसेटकरूनसी

डी क्रॉस स्लाइड समायोजित करून]

160] टर्न केलेल्या टेपर्सची लांबी तपासली जाते

व्हर्नियर कॉलिपर

बी मायक्रोमीटर

कॉलपरच्या आत सी

डी डायल चाचणी निर्देशक]

161] कॉम] पाउंड स्लाइड वापरून टेपर टर्निंगचे तोटे आहेत

अ] फक्त लांब टेपर फिरवता येतात

ब] फक्त खूप मोठे टेपर वळवले जाऊ शकतात

C] फीडमध्ये फक्त मॅन्युअल शक्य आहे

D] कंपाऊंड स्लाइडच्या निर्बंधांमुळे फक्त लहान टेपर्स चालू करता येतात]

162] बाह्य टेपर्ससह तपासले जातात

अ] मर्यादा प्लग गेज

ब] टेपर रिंग गेज

C] टेपर प्लग गेज

ड] थ्रेड प्लग गेज]

163] लेथ चालू केलेल्या टेपरचा वापर म्हणजे ----

A] एकत्र केलेल्या भागांमध्ये ड्राइव्ह प्रसारित करण्यास मदत करा

ब] भाग एकत्र करण्यासाठी आणि वेगळे करण्यासाठी वापरले जाते

क] एकत्र केलेल्या भागांमध्ये स्वतः चे संरेखन द्या

164] लहान लांबीच्या टेपरच्या उत्पादनाच्या मोठ्या प्रमाणात उत्पादनासाठी कोणत्या पद्धतीचा वापर केला जातो?

अ] फॉर्मटूल

ब] कंपाऊंड स्लाइड

क] टेलस्टॉक ऑफसेट.

ड] टेपर टर्निंग संलग्नक

165] मोर्स स्टँडर्ड टेपर हे आंतरराष्ट्रीय स्तरावर स्वीकृत मानक टेपरपैकी एक आहे, जे --------- वरून उपलब्ध आहे.

अ] १ ते ७

ब] १ ते ८

क] ० ते 7

ड] 0 ते 8

166] स्टीप टेपर कापण्यासाठी कोणती टेपर टर्निंग पद्धत वापरली जाते?

अ] सेट ओव्हर पद्धत

ब] टेपर टर्निंग संलग्नक

क] फॉर्म टूल

ड] कंपाऊंडविश्रांतीफिरवणे

167] मोर्स टेपर खालीलपैकी कोणत्या मशीनच्या घटकांमध्ये वापरला जातो -...

अ] लेथचे स्पिंडल्स

ब] ड्रिल मशीनचे स्पिंडल्स

क] रीमरच्या शेंड्या

ड] हेसर्व

168] टेपरच्या मोठ्या प्रमाणात उत्पादनासाठी खालीलपैकी कोणती पद्धत वापरली जाते.......]

अ] टेलस्टॉक ऑफसेट पद्धत

ब] टेपर टर्निंग संलग्नक पद्धत

क] फॉर्मखूपपद्धत

ड] कंपाऊंड स्लाइड पद्धत

169] टेपरचा प्रमुख व्यास 40 मिमी आहे, किरकोळ व्यास 30 मिमी आहे] कामाची एकूण लांबी 100 मिमी आहे टेपर केली जाते त्यानंतर ऑफसेट द्वारे दिला जातो -

अ] 5 मि.मी

ब] 7.5 मिमी

क] 12 मिमी

ड] 9 मि.मी

170] सामान्य बेव्हल प्रोटॅक्टरची अचूकता --'------------डिग्री आहे.

अ] एक

ब] तीन

क] दोन

ड] चार

171] व्हर्नियर बेव्हल प्रोटॅक्टरची सर्वात कमी गणना आहे...

अ] १”

B] 5‘

क] 1॰

ड] 5॰

172] व्हर्नियर बेव्हल प्रोट्रॅक्टरचा भाग जो सामान्यतः कोन मोजण्यासाठी संदर्भ आधार म्हणून वापरला जातो ...

अ] ब्लेड

ब] साठा

क] डिस्क

क] मुख्य प्रमाण

173] व्हर्नियर बेव्हल प्रोटेक्टरचा भाग ज्यावर मुख्य प्रमाणात विभाजने चिन्हांकित केली जातात ...

अ] साठा

ब] डायल करा

क] डिस्क

ड] समायोज्य ब्लेड

174] बेव्हल प्रोट्रॅक्टरचा भाग, जो मापन करताना कललेल्या पृष्ठभागाच्या संपर्कात येतो...

अ] ब्लेड

ब] साठा

क] डिस्क

डी] डायल करा

175] व्हर्नियर बेव्हल प्रोट्रॅक्टरच्या मुख्य स्केलच्या प्रत्येक विभागाचे मूल्य आहे...

अ] ५’

ब] 1॰

क] 5॰

D.10॰

176] बेव्हल प्रोट्रॅक्टरच्या व्हर्नियर स्केलच्या प्रत्येक विभागाचे मूल्य आहे...

अ] 1॰

ब] 1॰5‘

C] 1॰55’

D.5‘

177] व्हर्नियर बेव्हल प्रोटॅक्टरचा भाग ज्यावर मुख्य स्केल विभाग चिन्हांकित केले जातात

एक स्टॉक

बी डायल

सी डिस्क

डी समायोज्य ब्लेड

178] व्हर्नियर बेव्हल प्रोट्रॅक्टर मोजण्यासाठी डिझाइन केलेले आहे?

अ] तीव्र कोन

ब] अस्पष्ट कोन

क] तीव्रआणिओबट्युजकोन

ड] लाइनर परिमाणे

179] व्हर्नियर बेव्हल प्रोट्रॅक्टरमध्ये किमान 5 मोजण्यासाठी 23° मुख्य स्केल -.. मध्ये विभागले जातात.

अ] व्हर्नियरस्केलवर 12 समानभाग

ब] व्हर्नियर स्केलवर 22 समान भाग

सी] व्हर्नियर स्केलवर 24 समान भाग

डी] व्हर्नियर स्केलवर 25 समान भाग

180] खालीलपैकी कोणता भाग संयोजन संचाचा नाही?

अ] साठा

ब] चौकोनी डोके

क] संरक्षक डोके

ड] केंद्र प्रमुख

181] डेटम, ज्याचे स्वरूप व्हर्नियर उंची गेजचे मोजमाप घेतले जाते, ते आहे...

अ] तुळई

ब] व्हर्नियर स्लाइड

क] आधार

ड] लेखकाच्या वरती

vernier height gauge

Vernier Height Gauge

व्हर्नियर हाईट गेज ॲनिमेशन आणि व्हिडिओ

182] व्हर्नियर हाईट गेजचा भाग ज्यावर मुख्य स्केलचे विभाजन केले जाते...

अ] पाया

ब] <u>तुळई</u>

क] फाइन सेटिंग डिव्हाइस

ड] व्हर्नियर प्लेट

183] व्हर्नियर हाईट गेजच्या कोणत्या भागावर मुख्य प्रमाणात विभागणी केली जाते?
]

अ] पाया

ब] व्हर्नियर प्लेट

क] <u>तुळई</u>

ड] बारीक समायोजन युनिट

184] चिन्हांकित करण्याच्या उद्देशाने व्हर्नियर उंची गेज -------- वर असणे आवश्यक आहे

अ] यंत्र साधनाचा पलंग

ब] <u>पृष्ठभागप्लेट</u>

क] चौरस ब्लॉक

ड] कोणतीही सपाट पृष्ठभाग

185] व्हर्नियर हाईट गेज वापरण्यापूर्वी -------- याची खात्री करा.

अ] लॉकिंग स्क्रू लॉक केलेल्या स्थितीत आहे

ब] स्क्राइबर बंद आहे

C] व्हर्नियरचाशून्यमुख्यस्केलच्याशून्याशीएकरूपहोतो

D] Gib प्रदान केले आहे

186] व्हर्नियर उंची गेजची सर्वात कमी गणना आहे..........]

अ] ०.०५ मिमी

ब] 0.1 मिमी

C] 0.02 मिमी

ड] 0001 मिमी

187] व्हर्नियर हाईट गेज कोणता मांडणी ---------- वर वापरला पाहिजे.

अ] व्ही ब्लॉक

ब] मशीन बेड

क] पृष्ठभागप्लेट

ड] कोणतीही सपाट पृष्ठभाग

188] व्हर्नियर हाईट गेजच्या तुळईवर सरकलेला भाग ------ म्हणून ओळखला जातो.

अ] पाया

ब] बीम स्केल

क] लेखक

ड] व्हर्नियरस्लाइड

189] व्हर्नियर हाईट गेजचा पाया साधारणपणे --------- यापासून बनविला जातो.

अ] कास्ट आयर्न]

ब] पोलाद

क] ॲल्युमिनियम मिश्र धातु

ड] टंगस्टन कार्बाइड

190] लेआउट चिन्हांकित करण्यासाठी कोणते साधन वापरले जाते?

अ] मायक्रोमीटर

ब] व्हर्नियर

क] डेप्थ गेज

ड] व्हर्नियरउंचीमापक

191] व्हर्नियर उंची गेजने चिन्हांकित करताना, कामाचा तुकडा सामान्यतः ----------
असतो.

अ] कोनप्लेटद्वारेसमर्थित

ब] दुसऱ्या कामाच्या तुकड्याने समर्थित

क] एका हाताने धरलेला

ड] समर्थनाशिवाय आयोजित

192] खालीलपैकी कोणता भाग संयोजन संचाचा नाही?

अ] साठा

ब] चौकोनी डोके

क] संरक्षक डोके

ड] केंद्र प्रमुख

193] एक BSW थ्रेडिंग साधन समाविष्ट केलेल्या कोनासह ग्राउंड केले जाते

अ] ५५०

ब] ६००

क] ४७.५०

D] २९०

194] मेट्रिक 'V' थ्रेड टूलची नाक त्रिज्या आहे

अ] ०.१४४ x पी

ब] ०.२५ x पी

क] ०.४१४ x पी

ड] ०.०१४४ x पी

195] खडबडीत खेळपट्ट्यांचे मेट्रिक बाह्य धागे कापताना, कंपाऊंड विश्रांतीला फिरवण्याचा सल्ला दिला जातो

अ] ४५०

ब] ३००

क] 60०

D.90०

196] BIS ची खोली] मेट्रिक थ्रेड आहे

अ] ०.६४०३ x पी

ब] ०.६ x पी

क] ०.६१३४ x पी

D] ०.५ x P

197] थ्रेडिंग टूल्सचा वापर करून 60० कोनासाठी अचूकता तपासली जाते.

अ] थ्रेड प्लग गेज

ब] केंद्रगेज

क] स्क्रू पिच गेज

ड] साधन कोन गेज

198] प्रति इंच थ्रेड्सची संख्या a सह तपासली जाऊ शकते

अ] टूल गेज

ब] मोजणी करून मेट्रिक नियम

क] रिंग गेज

ड] <u>स्क्रूपिचगेज</u>

199] थ्रेडिंग करताना, कॅरेज मार्गाने हलविली जाते

अ] ट्रॅकवर एक गियर ट्रेन

ब] फीड रॉड स्प्लाइन किंवा की-वे

सी] <u>लीडस्क्रूथ्रेड</u>

D] हाताचे चाक

200] थ्रेड चेझर्ससाठी वापरले जातात

अ] धाग्यांचे जलद उत्पादन

ब] <u>धाग्याचेअचूकस्वरूपराखणे</u>

क] कठीण पदार्थांवर धागे कापणे

डी] मऊ पदार्थांवर धागे कापणे

threading chasers

hand tools

थ्रेड चेझर्स ऑनिमेशन आणि व्हिडिओ

201] थ्रेड चेझर्स यापासून बनवले जातात

अ] कार्बन स्टील

ब] हाय स्पीड स्टील

क] <u>साधनवापरले</u>

ड] स्टेनलेस स्टील

202] चेसर्स कापण्यासाठी वापरतात

A] <u>'V' फॉर्मचेधागेफक्त</u>

ब] फक्त चौकोनी धागे

C] फक्त acme थ्रेड्स

D] कोणत्याही प्रकारचे धागे

203] M24 x 3 मिमी पिच अंतर्गत धागे कापण्यासाठी, जॉबचा मूळ व्यास आहे

अ] 27.00 मिमी

ब] 24.50 मिमी

क] <u>21.00 मिमी</u>

ड] 24.00 मिमी

204] M24 x 3 मिमी अंतर्गत धाग्यासाठी कटची खोली आहे

अ] <u>०.५४१२ x ३</u>

ब] ०.६१३४ x ३

क] ०.५ x ३

ड] ०.७ x ३

205] 24 x 3 मिमी अंतर्गत एक्मी थ्रेड्स कापण्यासाठी, जॉबचा मूळ व्यास आहे

अ] 20.00 मिमी

ब] 21.66 मिमी

क] 21.00 मिमी

ड] <u>20.60 मिमी</u>

206] मेट्रिक स्क्वेअर थ्रेडिंगसाठी कटची खोली आहे

अ] ०.६ x पी

ब] <u>०.५ x पी</u>

क] ०.५४१२ x पी

ड] ०.६४१२ x पी

207] बट्रेस धागा कापण्यासाठी, कटची खोली असते

अ] ०.५४१२ x पी

ब] <u>०.६ x पी</u>

क] ०.७ x पी

ड] ०.७५ x पी

208] एक्मी थ्रेड्स कापण्यासाठी, टूल समाविष्ट केलेल्या कोनात ग्राउंड केले जाते

अ] 60॰

ब] २९॰

क] ४७.५॰

ड] 30॰

209] हाफ-नट लीव्हर यासाठी वापरला जातो

अ] कॅरेजवर रेखांशाचा फीड गुंतवणे

ब] क्रॉस-स्लाईड नट मध्ये स्लॅक घेणे

सी] रेखांशावरून क्रॉस-फीडमध्ये बदलत आहे

ड] धागेकापणे

210] समीप थ्रेडच्या दोन बाजूंना जोडणारा तळाचा पृष्ठभाग (बाह्य धागा] आहे...

अ] पार्श्वभाग

ब] मूळ

क] क्रेस्ट

D] खेळपट्टी

211] सुतार वाइसमध्ये वापरल्या जाणार्‍या धाग्याचे स्वरूप आहे...

अ] चौकोन

ब] एक्मे धागा

क] सावटूथधागा

ड] पोर धागा

212] पाईप थ्रेडचा कोन काय आहे?

एक ६०॰

B 47'/2॰

C 29°

डी ५५°]

213] पाईप धाग्याचा उपयोग काय?

एक ट्रान्समिशन

ब दबाव राखणे

सी हवाबंद कनेक्शन

D वरीलपैकी नाही]

214] 2" पाईप धाग्याची खोली किती आहे?

एक ०.५"

B ०.६४०"

C 0.335"

डी ०.५८०"]

215] बाहेरील धागा रॉड किंवा पाईपवर, डाय आणि कटिंग टूलद्वारे प्रदान करतात त्याला ...... म्हणतात.

(अ.) टॅपिंग

(गो.) मरणे

(क.] थ्रेडिंग

(ड.) खोबणी

threading

screw threads

श्रेडिंग ॲनिमेशन आणि व्हिडिओ

216] कोन 0f IS धागा (V आकाराचा] ---------- आहे

अ] २९°

ब] ४७ १/४°

C] 50°

ड] 60

217] खालीलपैकी कोणत्या पद्धतीत फक्त बाह्य धागे तयार केले जातात -------

अ] फॉर्म टूल mEthOd

ब] कंपाऊंड विश्रांती पद्धत

क] टेलस्टॉकऑफसेटपद्धत

ड] टेपर टर्निंग संलग्नक पद्धत]

218] शिळा आणि धाग्याचे मूळ यांना जोडणारा पृष्ठभाग ---- म्हणून ओळखला जातो.

अ] पार्श्वभाग

ब] शंक

क] खेळपट्टीचा पृष्ठभाग

ड] या सर्व

219] दोन स्टार्ट थ्रेडची पिच 4 मिमी आहे] नंतर थ्रेडची लीड ----- द्वारे दिली जाते.

अ] 4 मि.मी

ब] 2 मि.मी

क] 8 मि.मी

ड] 6 मि.मी

220] सिंगल पॉइंट कटिंग टूल वापरून लीड स्क्रू पिच असलेल्या लेथवर 2.5 मिमीचा स्क्रू थ्रेड कापण्यासाठी आवश्यक गियर प्रमाण ---- आहे.

अ] १:२

ब] २:१

C] 1:1 मिमी

221] सॉफ्ट सोल्डरिंग केले जाते

A] 450० C खाली

ब] 450०C च्या वर

C] 900०C वर

D] 1000०C वर

222] ब्रेझिंग केले जाते

A] 1900०C वर

ब] 450०C च्यावर

C] 1000०C वर

D] 450०C खाली

223] एक brazed संयुक्त आहे

अ] सोल्डर केलेल्या जोडापेक्षा कमकुवत

ब] सोल्डर जोडण्यापेक्षा मजबूत

सी] वेल्डेड जोडापेक्षा मजबूत

डी] चांदीच्यासोल्डरकेलेल्याजोडापेक्षाकमकुवत

224] अमोनियम क्लोराईडचा वापर सोल्डरिंगसाठी फ्लक्स म्हणून केला जातो ...

अ] पोलाद

ब] अॅल्युमिनियम

क] गॅल्वनाइज्ड लोह

ड] स्टेनलेस स्टील

225] एमएस शीट्सचे सोल्डरिंग तापमानात होते ...

अ] 150∘C

ब] <u>250∘C</u>

C] 400∘C

ड] 850∘C

226] सोल्डरिंग ऑपरेशनमध्ये बेस मेटल...

अ] <u>गरमहोतनाही</u>

B] 200∘C पर्यंत गरम

C] 650∘C पर्यंत गरम

डी] लाल गरम स्थितीत गरम

227] फोर्ज वेल्डिंग असे वर्गीकृत केले आहे ...

अ] दाबाशिवाय फ्यूजन वेल्डिंग

ब] <u>दाबासहफ्यूजनवेल्डिंग</u>

C] दबावाशिवाय नॉन-फ्यूजन वेल्डिंग

D] दबावासह नो-फ्यूजन वेल्डिंग

228] पाईप वेल्डिंगसाठी नोजलची निवड यावर अवलंबून असते ...

अ] खोबणीचा कोन

ब] वेल्डिंग स्थिती

क] <u>पाईपभिंतीचीजाडी</u>

D] पाईपचा व्यास

229] MS] शीट्सच्या ब्रेझिंगसाठी वापरल्या जाणार्‍या फ्लक्सचे नाव सांगा

अ] हायड्रोक्लोरिक आम्ल

ब] झिंक क्लोराईड

क] उंच राळ

ड] <u>बोरॅक्स</u>

230] M24 x 3 मिमी अंतर्गत धाग्यासाठी कटची खोली आहे

अ] <u>०.५४१२ x ३</u>

ब] ०.६१३४ x ३

क] ०.५ x ३

ड] ०.७ x ३

231] 24 x 3 मिमी अंतर्गत एक्मी थ्रेड्स कापण्यासाठी, जॉबचा मूळ व्यास आहे

A] 20.00 मिमी

ब] 21.66 मिमी

क] 21.00 मिमी

ड] <u>20.60 मिमी</u>

232] मेट्रिक स्क्वेअर थ्रेडिंगसाठी कटची खोली आहे

अ] ०.६ x पी

ब] <u>०.५ x पी</u>

क] ०.५४१२ x पी

ड] ०.६४१२ x पी

233] बट्रेस धागा कापण्यासाठी, कटची खोली असते

अ] ०.५४१२ x पी

ब] <u>०.६ x पी</u>

क] ०.७ x पी

ड] ०.७५ x पी

औद्योगिक प्रशिक्षण संस्था

मासिक चाचणी-1, गुण- 20, तारीख:- _______________

(प्रत्येक प्रश्नाला दोन गुण असतात)

०१] रक्तस्त्रावझाल्यासउपचारघ्या

अ] थंड पाण्याची फवारणी करा

ब] लगेच मलमपट्टी -----]

क] अपघात विचार उपचार बद्दल चौकशी

डी] थंड 3" आणि विश्रांती

०२] अपघातझाल्यासपीडितेनेआय.एम

अ] विश्रांती घेण्यास सांगितले

क] तात्काळ हजर झाले

डी] त्याला सोडा

०३] जखमीकिंवाआजारीव्यक्तीलाप्राथमिकउपचारदिलेजातात....

अ] जीव वाचवा

ब] मफचा पुढील बिघाड टाळा

क] शक्य तितका आराम द्या

ड] हे सर्व

04] कचरापेपरवेगळेकरण्यासाठीडब्यांचाकलरकोड ----- आहे.

अ] निळा रंग

ब] पिवळा रंग

क] लाल रंग

ड] हिरवा रंग

०५] जपानीभाषेतसेकोम्हणजे --------------

अ] चमकणे

ब] क्रमवारी लावा

क] प्रमाणीकरण

ड] टिकवणे

06] SS प्रणालीचाफायदा ------ आहे.

अ] उत्पादकतेत वाढ

ब] गुणवत्तेत वाढ

क] वेळेचा अपव्यय कमी करणे

ड] हे सर्व

०७] सुरक्षाम्हणजे -----------

अ] कोणाचाही व्यवसाय नाही

ब] प्रत्येक शरीराचा व्यवसाय

क] काही शरीर व्यवसाय

ड] संस्थेचा व्यवसाय

08] मूलभूतश्रेणींसाठीसुरक्षाचिन्हेउपलब्धआहेत "निषेध" चिन्हाचाअर्थ ----

अ] दाखवते की ते केले जाऊ नये

ब] काय केले पाहिजे ते दाखवते

क] धोक्याची किंवा धोक्याची चेतावणी देते

ड] सुरक्षा तरतुदीची माहिती देते

09] वर्कशॉपसुरक्षाकोणतीआहे?

अ] दुकानातील मजला स्वच्छ आणि ग्रीस, तेल किंवा इतर निसरड्या पदार्थांपासून मुक्त ठेवा

ब] वेग बदलण्यापूर्वी मशीन थांबवा

C] फटाके किंवा चिरलेली साधने वापरू नका

ड] धावणारे मशीन हाताने थांबवण्याचा प्रयत्न करू नका

10] पर्सनलप्रोटेक्टइक्विपमेंट (PPE) मध्येहेल्मेटवापरलेजाते

अ] डोके संरक्षित करा

ब] डोळ्यांचे रक्षण करा

क] हातांचे संरक्षण करा

ड] कानांचे रक्षण करा

औद्योगिक प्रशिक्षण संस्था

मासिक चाचणी-2, गुण- 20, तारीख:- ________________

(प्रत्येक प्रश्नाला दोन गुण असतात)

1- 17] सामान्यआगविझवण्यासाठीकोणत्याप्रकारचेअग्निशामकयंत्रवापरलेजाते?

अ] पाण्याचे प्रकार विझविण्याचे यंत्र

ब] फोम प्रकार एक्टिंग्विशर

क] कोरडी रासायनिक पावडर एक्टिंग्विशर

D] कार्बन डायऑक्साइड (C02) एक्टिंग्विशर

2-18] एकमायक्रोमीटर (U) समानआहे...

अ] 0.1 मि.मी

ब] ०.०१ मिमी

C] 0.001 मिमी

ड] 0.0001 मिमी

3-19] पाईपटीजॉइंटचेलीकप्रूफसांधेतयारकरण्यासाठी अणिपूर्णकरण्यासाठीवापरल्याजाणार्‍यासाधनाचेनावसांगा

अ] चर

ब] सेटिंग हातोडा

क] क्रिझिंग हातोडा

ड] गोल तळाशी भाग

4-20] हँडलफिक्सकरण्यासाठीवापरल्याजाणार्‍याहातोड्याचाभाग...

चेहरा

ब] पेन

क] गाल

ड] डोळा छिद्र

5-21] चिन्हांकितकरण्याच्याहेतूसाठीहातोड्याचेवजनआहे ...

अ] 250 ग्रॅम

ब] 500 ग्रॅम

क] १ किग्रॅ

ड] 2 किग्रॅ

6-22] लहानछिद्रकापण्यासाठीकोणतेपंचआणिडाईप्रकारचेमशीनवापरलेजाते?

अ] कातरणे प्रकार निबलर

ब] पंच प्रकार निबलर

क] गोलाकार कटिंग मशीन

ड] गिलोटिन कातरण्याचे यंत्र

7-23] स्क्राइबरबनलेलेआहेत ...

अ] सौम्य पोलाद

ब] उच्च कार्बन स्टील

क] पितळ

ड] कास्ट लोह

8-24] अभियंत्याच्यावाइसचाआकारद्वारेनिर्दिष्टकेलाजातो ...

अ] जंगम जबड्याची लांबी

ब] जबड्याची रुंदी

क] दुर्गुणाची उंची

ड] जबडा जास्तीत जास्त उघडणे

9-25] सुतारवाइसमध्येवापरल्याजाणार्‍याधाग्याचेस्वरूपआहे...

अ] चौकोन

ब] एक्मे धागा

क] सावटूथ धागा

ड] पोर धागा

10-26] फाइल्सचीउत्तलतामदतकरते...

अ] अवतल पृष्ठभाग फाइल करण्यासाठी

ब] बहिर्वक्र पृष्ठभाग फाइल करण्यासाठी

क] कामाच्या कडा गोलाकार टाळण्यासाठी

D] दाब लागू झाल्यावर सरळ होणारी फाईल

औद्योगिक प्रशिक्षण संस्था

मासिक चाचणी-३, गुण- २०, तारीख:- _______________

(प्रत्येक प्रश्नाला दोन गुण असतात)

1-33] 'V' ब्लॉकबनवण्यासाठीकास्टआयर्नवापरण्याचेकारण

अ] ब्लॉकचे वजन वाढवण्यासाठी

ब] खर्च कमी करण्यासाठी

C] घर्षण कमी करण्यासाठी

ड] एक चांगला देखावा मिळविण्यासाठी

2-34] पातळनव्याकापण्यासाठी, हॅकसॉब्लेडचीसर्वातयोग्यपिचआहे...

अ] 1.8 मिमी

ब] 1.4 मिमी

क] 1 मि.मी

ड] 0.8 मि.मी

3-35] ठोसपितळकापण्यासाठी, हॅकसॉब्लेडचीसर्वातयोग्यपिचआहे...

अ] 1.8 मिमी

ब] 1.4 मिमी

क] 1 मि.मी

ड] 0.8 मि.मी

4-36] काहीस्ट्रोकनंतरएकनवीनहॅकसॉब्लेडसैलहोतोकारण ...

अ] ब्लेडचे ताणणे

ब] विंग-नट धागे जीर्ण होत आहेत

क] ब्लेडची चुकीची खेळपट्टी

ड] करवतीच्या संचाची अयोग्य निवड.

5-37]   लहानव्यासाचेपाईप्सकापताना,
नियमितपणेपाहणेआणियाचीखात्रीकरणेउचितआहे ...

अ] कट वक्र रेषेच्या बाजूने आहे

ब] अधिक करवतीचे दात आकुंचन पावले आहेत

क] काम जास्त तापलेले नाही

ड] हॅकसॉचे योग्य संतुलन राखले जाते

6-38] ड्रिलअसत्यचालल्यास, तेहोईल

अ] खूप गरम होणे

ब] लहान आकारात कट करा

क] स्पिंडल विकृत करणे

डी] मोठ्या आकाराचे छिद्र कापून टाका

7-39] ड्रिलखूपवेगानेचालवल्यानेअनेकपरिणामहोतात

अ] कटिंग एज खराब करणे

ब] खराब पृष्ठभाग समाप्त

क] टांग फिरवणे

ड] अंडाकृती छिद्र पाडणे

8-40] जीर्णजमीनइच्छाएकधान्यपेरण्याचेयंत्र

अ] ड्रिल होल ओव्हरसाईज

ब] ड्रिल होल कमी आकाराचे

क] केंद्राबाहेर धावणे

D] अचूक भोक ड्रिल करा

9-41]
लेथवरवापरल्याजाणार्‍याड्रिल्सवरदिलेलामोर्सटेपरदरम्यानच्याश्रेणीमध्येअसतो

अ] MT1 ते MT5

ब] MT1 ते MT4

C] MT0 ते MT5

D] MT0 ते MT4

10-42] छोट्याड्रिललाकामातखूपवेगानेखायलादिल्यासपरिणामहोऊशकतो

अ] कवायती तोडणे

ब] ड्रिल वाकणे

क] अंडाकृती आकाराचे छिद्र कापणे

ड] उत्पादन वाढले

औद्योगिक प्रशिक्षण संस्था

मासिक चाचणी-4, गुण- 20, तारीख:- ________________

(प्रत्येक प्रश्नाला दोन गुण असतात)

1-50] ड्रिलचाबिंदूकोनयावरअवलंबूनअसतो...

अ] ड्रिलचा आकार

ब] यंत्राचा प्रकार

क] <u>कामाचेसाहित्य</u>

D] ड्रिलचा RPM

2-51] मानकड्रिलसाठीबिंदूकोनआहे...

अ] 60∘

ब] 108∘

क] <u>118∘</u>

ड] 135∘

3-52] हेलिकलकोनठरवतो...

अ] कटिंग अँगल

ब] कोन चघळणे

क] <u>रेककोन</u>

ड] ओठांचा कोन

4-53] ड्रिलचाक्लिअरन्सकोनदरम्यानआहे...

अ] 3∘ ते 5∘

ब] <u>8∘ ते 12∘</u>

क] 12∘ ते 20∘

ड] 15∘ ते 20∘

5-54] कटिंगएजच्यामागेदिलेल्याआरामकोनालाम्हणतात..

अ] बिंदू कोन

ब] छिन्नी धार कोन

क] हेलिक्स कोन

ड] <u>क्लिअरन्सकोन</u>

6-55] संख्याड्रिलमालिकेच्यासंचामध्येखालीलश्रेणीतीलड्रिल्सअसतात]

योग्यश्रेणीदर्शवा

अ] 1 ते 40

ब] 1 ते 50

क] <u>1 ते 80</u>

ड] 1 ते 100

7-56] संख्याड्रिलमालिकेत, सर्वातलहानड्रिलआकारआहे...

अ] 0.1 मिमी

ब] <u>0.35 मिमी</u>

क] 0.5 मिमी

ड] 0.52 मिमी

8-57] संख्याड्रिलमालिकेत, सर्वातमोठाड्रिलआकारआहे...

अ] 102 मिमी

ब] <u>5.791 मिमी</u>

क] 5.613 मिमी

ड] 5.410 मिमी

9-58] लेटरड्रिलसिरीजमध्येड्रिल 'A' चा आकार...

अ] 13 मिमी

ब] 6.08 मिमी

क] 6.045 मिमी

ड] <u>5.944 मिमी</u>

10-59] लेटरड्रिलसीरिजमध्ये, सर्वातमोठ्याड्रिलचाआकार ...

अ] 10.33 मिमी

ब] <u>10.490 मिमी</u>

क] 12.01 मिमी

ड] 15.00 मिमी

औद्योगिक प्रशिक्षण संस्था

मासिक चाचणी-5, गुण- 20, तारीख:- _______________

(प्रत्येक प्रश्नाला दोन गुण असतात)

1-66] लेथकामासाठीखालीलपैकीकोणताटॉपसर्वातयोग्यआहे?

अ] सर्पिल टॉप

ब] मशीन टॉप

क] हाताचा नळ

ड] डाव्या हाताचा नळ

2-67] एकमरणे a सहचालूआहे

अ] डाय रेंच

ब] डायस्टॉक

क] डाय प्लेट

ड] डाय हँडल

3-68] एकटम्बलरगियरयुनिटआहे

अ] एकच गियर

ब] दोन गीअर्स

सी] तीन गीअर्स

ड] चार गीअर्स

4-69] घनसाधनाचीकटिंगधारबनलेलीअसते

अ] कार्बन स्टील

ब] सौम्य पोलाद

C] सुपर हाय स्पीड स्टील

ड] स्टिलाइट

5-70] सिमेंटकार्बाइडश्रेडिंगटूलचीटीपआहे

अ] brazed

ब] वेल्डेड

क] सोल्डर केलेले

ड] टांग्याला चिकटवले

6-71] टूलकामाच्यापृष्ठभागावरघासेलआणिकटिंगफोर्सवाढेलतेव्हा..

अ] क्लिअरन्स कोन अधिक आहे

ब] मंजूरी परी कमी आहे

क] रेक कोन अधिक आहे

ड] रेकचा कोन कमी आहे

7-72] कापतानाचिपचीनिर्मितीयावरआधारितअसते...

अ] उपकरणाचा रेक कोन

ब] साधनाचा क्लिअरन्स कोन

क] उपकरणाचा पाचर कोन

D] साधनाचा क्लिअरन्स आणि वेज अँगल

8-73] ट्रिलिंगगशीनमध्येसौम्यस्टीलड्रिलकरण्यासाठीयोग्यकॉटिंगफ्लुइडआहे...

अ] सिंथेटिक विद्रव्य तेल

ब] स्वच्छ तेल

क] डिस्टिल्ड वॉटर

ड] विद्राव्य तेल

9-74] सेंटरड्रिलिंगहेऑपरेशनआहे...

अ] ड्रिलिंग आणि काउंटरसिंकिंग

ब] ड्रिलिंग आणि काउंटर बोरिंग

क] ड्रिलिंग करण्यापूर्वी केंद्र स्थान चिन्हांकित करणे

ड] छिद्राचा व्यास मोठा करणे

10-75] शाफ्टचेटोकमध्यभागीड्रिलकेलेजातात...

अ] केंद्रांमध्ये सहाय्यक नोकर्‍या

ब] मृत केंद्र वंगण घालणे

क] वजन कमी करणे

ड] काउंटर कंटाळवाणा मदत करणे

औद्योगिक प्रशिक्षण संस्था

मासिक चाचणी-6, गुण- 20, तारीख:- ______________

(प्रत्येक प्रश्नाला दोन गुण असतात)

1-80] सॉकेटस्क्रूहेडसामावूनघेण्यासाठीछिद्राचाशेवटमोठाकरण्याचीप्रक्रियाआहे...

अ] रीमिंग

ब] स्पॉट फेसिंग

क] काउंटर कंटाळवाणे

ड] काउंटर बुडणे

2-81] दिलेलेव्यासकंटाळवाणेकरण्यासाठीकंटाळवाणेसाधननिवडताना, निवडा

अ] एक लांब साधन

ब] एक लहान साधन

क] एक लांब आणि कडक साधन

ड] एक लहान आणि कडक साधन

3-82]

कंटाळवाणासाधनाचीकटिंगधारएकालहानछिद्रासाठीसेटकेलीपाहिजेजेणेकरूनते

अ] केंद्रापासून ०.५ मि.मी

ब] केंद्राच्या खाली 0.5 मि.मी

क] मध्यभागी 1 मि.मी

ड] अचूक मध्यभागी

4-83] कंटाळलेल्याछिद्रांचावापरकरूनचामफेरकरणेआवश्यकआहे

अ] एक ड्रिल

ब] त्रिकोणी स्क्रॅपर

क] विक्षिप्त कंटाळवाणे साधन

ड] एक फ्लॅट फाइल

5-84] खोलछिद्रपाडण्यासाठीवापरलेजाणारेसाधनम्हणजे a

अ] लेथ मॅन्डरेल

ब] बाही

क] कवायत

ड] औगर बिट

6-85] उग्रकंटाळवाणासाठीकटिंगगतीआहे

अ] उग्र वळण सारखे

ब] ड्रिलिंग सारखेच

क] knurling समान

ड] धागा कापण्यासारखेच

7-86] रीमरयासाठीवापरलाजातो...

अ] पातळ पत्र्यांमध्ये छिद्र पाडणे

ब] खोल छिद्र पाडणे

क] burrs काढणे

ड] छिद्र वाढवणे आणि पूर्ण करणे

8-87] रिमरचेदातअसमानअंतरावरअसतातकारण...

अ] ते तयार करणे सोपे आहे

ब] ते बडबड कमी करू शकतात

क] ते हळूहळू धातू कापण्यास मदत करतात

ड] ते रेमर सहज काढण्यास मदत करतात

9-88] खालीलपैकीकोणतीरीमरचीक्षमतानाही?

अ] लहान छिद्रे पूर्ण करणे

ब] कोणतेही मशीन केलेले प्रोफाइल पूर्ण करणे

C] जवळच्या मर्यादेपर्यंत अचूकता

ड] उच्च दर्जाचे पृष्ठभाग समाप्त उत्पादन

10-89] कोणत्याहीकटिंगफ्लुइडचीसर्वातमहत्त्वाचीगुणवत्ताआहे

अ] इमल्सिफिकेशन

ब] विशिष्ट उष्णता

क] विशिष्ट गुरुत्व

ड] स्निग्धता

औद्योगिक प्रशिक्षण संस्था

मासिक चाचणी-7, गुण- 20, तारीख:- ________________

(प्रत्येक प्रश्नाला दोन गुण असतात)

1-95] कटचीखोलीद्वारेदिलीजाते

अ] वरची स्लाइड

ब] क्रॉस-स्लाईड

क] कंपाऊंड स्लाइड

ड] साधन समायोजित करणे

2-96] लेथचकलावण्यासाठी

अ] हाताने सुरू करा आणि नंतर पॉवर चालू करा

ब] शक्तीने ते माउंट करा

क] हाताने माउंट करा

ड] हातोड्याच्या साहाय्याने तो बसवा

3-97]

लेथवरवापरल्याजाणार्‍याड्रिल्सवरदिलेलामोर्सटेपरदरम्यानच्याश्रेणींमध्येअसतो

अ] MT1 ते MT5

ब] MT1 ते MT4

C] MT0 ते MT5

D] MT0 ते MT4

4-98] छोट्याड्रिललाकामातखूपवेगानेखायलादिल्यासपरिणामहोऊशकतो

अ] कवायती तोडणे

ब] ड्रिल वाकणे

क] अंडाकृती आकाराचे छिद्र कापणे

ड] उत्पादन वाढले

5-99] ट्विस्टड्रिलमध्येबासरीचीसंख्या -------- असते.

अ] १

ब] २

क] ३

ड] ४

6-100]

वीजउपलब्धनसलेल्याठिकाणीछिद्रपाडण्यासाठीखालीलपैकीकोणतेड्रिलिंगमशीनवापरलेजाते?

अ] बेंच ड्रिलिंग मशीन

ब] पिलर ड्रिलिंग मशीन

क] ड्रिलिंग मशीन पुन्हा डायल करा

ड] रॉचेट ड्रिलिंग मशीन

7-101] खालीलपैकीकोणतेड्रिलिंगमशीनहेवीड्युटीकामासाठीवापरलेजाते?

अ] बेंच ड्रिलिंग मशीन

ब] पिलर ड्रिलिंग मशीन

क] रेडियल ड्रिलिंग मशीन

ड] इलेक्ट्रिक हँड ड्रिलिंग मशीन

8-102] लेथमध्येसौम्यस्टीलड्रिलकरण्यासाठीयोग्यकटिंगफ्लुइडआहे

अ] कृत्रिम विद्रव्य तेल

ब] व्यवस्थित कटिंग तेल

सी] डिस्टिल्ड वॉटर

डी] विरघळणारे तेल + पाणी

9-103] अचूकग्राइंडिंगसाठीयोग्यकटिंगफ्लुइडआहे

अ] विद्राव्य तेल

ब] सिंथेटिक विद्रव्य तेल

क] स्वच्छ तेल

डी] सर्व कट‘

10-104] ग्राइंडिंगऑपरेशनदरम्यानकटिंगफ्लुइडवापरण्याचाफायदा ------ आहे

अ] 5000 पृष्ठभाग समाप्त

ब] कटिंग फोर्समध्ये घट

क] कामाचा तुकडा कडक होणे कमी करणे

ड] हे सर्व]

औद्योगिक प्रशिक्षण संस्था
मासिक चाचणी-8, गुण- 20, तारीखः- ______________
(प्रत्येक प्रश्नाला दोन गुण असतात)

1-110] फेस प्लेटसह कोणती योग्य कोन प्लेट वापरली जाते

(अ] घन प्रकार

(ब] बॉक्स प्रकार

(C] समायोज्य प्रकार

(डी] त्यापैकी एकही नाही

2-111] फेस प्लेट यापासून बनविली जाते.....]

(अ] सौम्य पोलाद

(ब] कास्ट आयर्न

(क] पितळ

(डी] अॅल्युमिनियम

3-112] विषम असमान जॉब वळणासाठी खालील कोणते सामान वापरले जाते?

(अ.) तीन जबडा चक

(आ.) दोन जबडा चक

(क] ड्रायव्हिंग प्लेट

(डी] फेस प्लेट

4-113] अनियमितआकाराचावर्कपीसलेथवरचालूकेलाजातो]
खालीलपैकीकोणतेवर्कहोल्डिंगऍक्सेसरीजवापरलेजाते?

अ] दोन जबडा चक

ब] तीन जबडा चक

क] ड्रायव्हिंग प्लेट

ड] फेस प्लेट

5-114] स्थिरविश्रांतीचेपॅडबनलेलेअसतात

अ] कार्बन स्टील

ब] आघाडी

क] सौम्य स्टील

ड] पितळ

6- 115] एकस्थिरविश्रांतीवापरलीजाते

अ] नोकरी धरण्यासाठी

ब] फेस प्लेट कामासाठी

क] नोकरी चालवणे

ड] नोकरीला पाठिंबा देण्यासाठी

7-116] वरएकअनुयायीस्थिरआहे

अ] लेथ बेड

ब] लेथ कॅरेज

क] लेथ स्पिंडल

ड] टेलस्टॉक

8-117] लांब कामाचे तुकडे फिरवताना, खालील गोष्टी वापरल्या जातात

एक बाही

बी गियर बदला

सी स्थिर विश्रांती

डी कंस]

9-118] Knurling ऑपरेशनयेथेकेलेजाते

अ] टर्निंग स्पिंडल वेग

ब] उच्च स्पिंडल गती

C] टर्निंग स्पिंडल गतीचा 1/3

D] टर्निंग स्पिंडल गतीचा 1/2

10-119] Knurling चेऑपरेशनआहे

अ] कातरणे

ब] निर्मिती

क] वळणे

ड] दाबणे

औद्योगिक प्रशिक्षण संस्था

मासिक चाचणी-9, गुण- 20, तारीखः- ________________

(प्रत्येक प्रश्नाला दोन गुण असतात)

1-125] BIS] प्रणालीतीलमूलभूतविचलनांचीसंख्याआहे

अ] २०

ब] 22

क] २५

ड] २८

2-126] BIS] प्रणालीमध्येसहनशीलतेच्याश्रेणीचीसंख्याआहे

अ] १२

ब] 16

क] १८

ड] २०

3-127] ज्याआकाराच्याआधारावरमितीयविचलनदिलेजातातत्यालाम्हणतात...

अ] वास्तविक आकार

ब] मूळ आकार

क] आकाराची किमान मर्यादा

ड] आकाराची कमाल मर्यादा

4-128] अदलाबदल क्षमता गुणधर्म प्रदान करण्यासाठी ..... द्वारे तयार केलेल्या भागांचा आकार] (अ] मापन प्रणाली

(ब] चाचणी आणि त्रुटी प्रणाली

(C] मर्यादा आणि सहिष्णुता प्रणाली

(डी] त्यापैकी एकही नाही

5-129] तुमचे जॉब टॅपर मोजले तर ते बरोबर आहे

उच्च मर्यादेच्या वर अ

B उच्च आणि खालच्या मर्यादेमध्ये

सी खालच्या मर्गादेच्या खाली]

6-   130] मूळपरिमाणाच्याएकाबाजूलासहिष्णुतादिलीजातेतेव्हात्याला   -------- म्हणतात.

अ] .सहिष्णुता प्रणाली

ब] एकतर्फी सहिष्णुता

क] द्विपक्षीय सहिष्णुता

ड] भत्ता प्रणाली

7-131] एकपरिमाणअसेसांगितलेआहे (चित्रात 025 H7] खालचीमर्यादा ----------- आहे

अ] 24.75 मिमी

ब] 24.85 मिमी

क] 25.00 मिमी

ड] 25-021 मिमी

8-132] घटकाच्यापरिमाणांचेमोजलेलेआकार--------- म्हणतात.

अ] मूळ आकार

ब] नाममात्र आकार

क] अनुमत आकार

ड] वास्तविक आकार

9-133] ड्रॉइंगमध्येशाफ्टचीपरिमाणे 40i 0068/0042 दर्शविलीआहे, सहिष्णुतेमध्येशाफ्टचाआकारकितीआहे?

अ] 4.0.64 मिमी

ब] 40.042 मिमी

C] 40.000 मिमी

ड] 39.998 मिमी

10-134] इनहोलमूलभूतप्रणाली ----------

अ] शाफ्टचा आकार स्थिर केला जातो

ब] छिद्राचा आकार स्थिर केला जातो

क] छिद्रावर फक्त 'भत्ता दिला जातो

औद्योगिक प्रशिक्षण संस्था

मासिक चाचणी-10, गुण- 20, तारीख:- ________________

(प्रत्येक प्रश्नाला दोन गुण असतात)

1-142] उत्पादनालागुणवत्ताअसतेअसेम्हणतातजेव्हा ....]

अ] त्याचा आकार आणि परिमाणे मर्यादित आहेत

ब] ते वापरण्यास योग्य आहे

क] ते खूप चांगले असल्याचे दिसून येते

ड] साहित्याची निवड योग्य आहे

2-143] hole'30 +0.021, 0.000 आणिशाफ्ट 30 -0.110, 0.143 मधीलकमालक्लिअरन्सआवश्यकआहे.

अ] 0.110 मिमी'

B] ०.१३१ मिमी

C] 0.164 मिमी

ड] 0.143 मिमी

3-144] रेखांकनामध्ये 25.1002 मिमीअसेपरिमाणसांगितलेआहे] सहिष्णुताकायआहे?

अ] +०.०२ मिमी

ब] +0.04 मिमी

C] -0.02 मिमी

ड] 25.00 मिमी

4-145] एकपिनएकाछिद्रातबसविलीजाते] पिनचासहनशीलताक्षेत्रछिद्रापेक्षा पूर्णपणेवरअसतो] प्राप्तकेलेलीफिटअसेल?

अ] क्लिअरन्स फिट

ब] संक्रमण फिट

क] हस्तक्षेप फिट

ड] धावणे फिट

5-146] अदलाबदलक्षमतासामान्यतःलागूकेलीजाते? _

अ] भागांची दुरुस्ती

ब] मोठ्या प्रमाणावर उत्पादन

क] सिंगल पीस उत्पादन

ड] हे सर्व

6- 147] भागआकाराससहिष्णुतादिलीजाते ....]

अ] आवश्यक अनुज्ञेय आकाराच्या त्रुटीमध्ये भागाचे उत्पादन करा

ब] उत्पादन वाढवा

क] उत्पादन कमी करा

ड] घटक अंदाजे पूर्ण करा

7-148] खालीलपैकीकोणतेक्लीयरन्ससंपूर्णमूलभूतप्रणालीअंतर्गतयोग्यआहे?

A] 20 H7/p6'

ब] 2067/211

C] ZOG/gll]

D] 20H/g11]

8-149] BIS प्रणालीनुसारफिटचेतीनवर्गआहेत ....] ~]

अ] क्लिअरन्स फिट, इंटरफेरन्स फिट आणि ट्रांझिशन फिट

ब] मध्यम फिट, पुश फिट आणि घट्ट फिट

क] फ्लॅट फिट, राउंड फिट आणि स्क्वेअर फिट

ड] 'स्लाइडिंग फिट', लूज फिट आणि संकोचन फिट

9-150] खालीलपैकीकोणतेसहिष्णुताविनिर्देश मिमीपेक्षाकमालआकारविरहितआहेत?

अ] २० +०.२,-०.३

ब] 20 320.2

क] 20 -0.2, 0.3 ई

D] m 20 +500, ~03

10-151] कमालआणिकिमानमर्यादेतीलफरक -~-~~~~~~-~~~~'

अ] एकच माहिती देणारा

ब] मूळ शाफ्ट

क] मंजुरी

ड] सहिष्णुता

औद्योगिक प्रशिक्षण संस्था

मासिक चाचणी-11, गुण- 20, तारीख:- _______________

(प्रत्येक प्रश्नाला दोन गुण असतात)

1-160] वळलेल्या टेपर्सची लांबी तपासली जाते

व्हर्नियर कॉलिपर

बी मायक्रोमीटर

कॉलपरच्या आत सी

डी डायल चाचणी निर्देशक]

2-161] कॉम] पाउंड स्लाइड वापरून टेपर टर्निंगचे तोटे आहेत

अ] फक्त लांब टेपर फिरवता येतात

ब] फक्त खूप मोठे टेपर वळवले जाऊ शकतात

C] फीडमध्ये फक्त मॅन्युअल शक्य आहे

D] कंपाऊंड स्लाइडच्या निर्बंधांमुळे फक्त लहान टेपर्स चालू करता येतात]

3-162] बाह्य टेपर्ससह तपासले जातात

अ] मर्यादा प्लग गेज

ब] टेपर रिंग गेज

C] टेपर प्लग गेज

ड] थ्रेड प्लग गेज]

4-163] लेथचालूकेलेल्याटेपरचावापरम्हणजे ----

A] एकत्र केलेल्या भागांमध्ये ड्राइव्ह प्रसारित करण्यास मदत करा

ब] भाग एकत्र करण्यासाठी आणि वेगळे करण्यासाठी वापरले जाते

क] एकत्र केलेल्या भागांमध्ये स्वत: चे संरेखन द्या

5-164] लहानलांबीच्याटेपरच्याउत्पादनाच्यामोठ्याप्रमाणात

उत्पादनासाठीकोणत्यापद्धतीचावापरकेलाजातो?

अ] फॉर्म टूल

ब] कंपाऊंड स्लाइड

क] टेलस्टॉक ऑफसेट.

ड] टेपर टर्निंग संलग्नक

6- 165] मोर्सस्टँडर्डटेपरहेआंतरराष्ट्रीयस्तरावरस्वीकृतमानक टेपरपैकीएकआहे, जे --------- वरूनउपलब्धआहे.

अ] १ ते ७

ब] १ ते ८

क] ओ ते 7

ड] 0 ते 8

7-166] स्टीपटेपरकापण्यासाठीकोणतीटेपरटर्निंगपद्धतवापरलीजाते?

अ] सेट ओव्हर पद्धत

ब] टेपर टर्निंग संलग्नक

क] फॉर्म टूल

ड] कंपाऊंड विश्रांती फिरवणे

8-167] मोर्सटेपरखालीलपैकीकोणत्यामशीनच्याघटकांमध्येवापरलाजातो -...

अ] लेथचे स्पिंडल्स

ब] ड्रिल मशीनचे स्पिंडल्स

क] रीमरच्या शेंड्या

ड] हे सर्व

9-168]

टेपरच्यामोठ्याप्रमाणातउत्पादनासाठीखालीलपैकीकोणतीपद्धतवापरलीजाते.......]

अ] टेलस्टॉक ऑफसेट पद्धत

ब] टेपर टर्निंग संलग्नक पद्धत

क] फॉर्म खूप पद्धत

ड] कंपाऊंड स्लाइड पद्धत

10-169] टेपरचाप्रमुखव्यास 40 मिमीआहे, किरकोळव्यास 30 मिमीआहे] कामाचीएकूणलांबी 100 मिमीआहेटेपरकेलीजातत्यानंतरऑफसेटद्वारेदिलेजाते -

अ] 5 मि.मी

ब] 7.5 मिमी

क] 12 मिमी

ड] 9 मि.मी

औद्योगिक प्रशिक्षण संस्था

मासिक चाचणी-12, गुण- 20, तारीख:- ________________
(प्रत्येक प्रश्नाला दोन गुण असतात)

1-190] लेआउटचिन्हांकितकरण्यासाठीकोणतेसाधनवापरलेजाते?

अ] मायक्रोमीटर

ब] व्हर्नियर

क] डेप्थ गेज

ड] व्हर्नियर उंची मापक

2-191] व्हर्नियरउंचीगेजसहचिन्हांकितकरताना, कामाचातुकडासामान्यतः ----------
असतो.

अ] कोन प्लेटद्वारे समर्थित

ब] दुसर्‍या कामाच्या तुकड्याने समर्थित

क] एका हाताने धरलेला

ड] समर्थनाशिवाय आयोजित

3-192] खालीलपैकीकोणताभागसंयोजनसंचाचानाही?

अ] साठा

ब] चौकोनी डोके

क] संरक्षक डोके

ड] केंद्र प्रमुख

4-193] एक BSW थ्रेडिंगटूलसमाविष्टकेलेल्याकोनासहग्राउंडकरणेआवश्यकआहे

अ] ५५॰

ब] ६०॰

क] ४७.५॰

ड] २९॰

5-194] मेट्रिक 'V' थ्रेडटूलचीनाकत्रिज्याआहे

अ] ०.१४४ x पी

ब] ०.२५ x पी

क] ०.४१४ x पी

ड] ०.०१४४ x पी

6-   195]   खडबडीतखेळपट्ट्यांचेमेट्रिकबाह्यधागेकापताना,
कंपाऊंडविश्रांतीलाफिरवणेउचितआहे

अ] ४५॰

ब] ३०॰

क] 60॰

D.90॰

7-196] BIS चीखोली] मेट्रिकथ्रेडआहे

अ] ०.६४०३ x पी

ब] ०.६ x पी

क] ०.६१३४ x पी

ड] ०.५ x पी

8-197] थ्रेडिंगटूल्सचावापरकरून 60० कोनासाठीअचूकतातपासलीजाते.

अ] थ्रेड प्लग गेज

ब] केंद्र गेज

क] स्क्रू पिच गेज

ड] साधन कोन गेज

9-198] प्रतिइंचथ्रेड्सचीसंख्या a सहतपासलीजाऊशकते

अ] टूल गेज

ब] मोजणी करून मेट्रिक नियम

क] रिंग गेज

ड] स्क्रू पिच गेज

10-199] थ्रेडिंगकरताना, कॅरेजमार्गानेहलविलीजाते

अ] ट्रॅकवर एक गियर ट्रेन

ब] फीड रॉड स्प्लाइन किंवा की-वे

सी] लीड स्क्रू थ्रेड

ड] हाताचे चाक